AF582036

Einfaldlega Bestu Aðferðirnar í Dáleiðslu

Notaðu dáleiðslu til að blómstra og dafna

Ingibjörg Bernhöft

Og

Ingibjörg Bernhöft

Einfaldlega Bestu Aðferðirnar í Dáleiðslu: Notaðu dáleiðslu til að blómstra og dafna

Eftir Ingibjörgu Bernhöft og Ingibjörgu Bernhöft

Fyrsta prentun: Desember 2021
ISBN: 978-9935-9087-4-2

Ingibjörg Bernhöft og Ingibjörg Bernhöft eru tilbúnar að halda erindi í fyrirtækjum eða ráðstefnuviðburðum um margvísleg efni sem tengjast dáleiðslu og vellíðan. Sendu okkur tölvupóst á bernhoft@gmail.com eða ibernhoft@gmail.com fyrir frekari upplýsingar.

Efnisyfirlit

Formáli

Þegar þú hugsar um dáleiðslu í fyrsta skipti, þá koma eflaust margar spurningar upp í hugann. Óhjákvæmilega getur verið erfitt að fá svör við öllum þessum spurningum á einum stað í dag. Og er það einmitt ástæðan þess að við mæðgur ákváðum að skrifa þessa bók, til að svara þessum algengu spurningum og jafnt fram kenna þér hvernig þú getur notað dáleiðslu til að breyta eða bæta hugsun þína og tilfinningar varðandi vandamál eða áskoranir í eigin lífi.

Dáleiðslan er ört vaxandi meðferðarform í mörgum löndum í heiminum í dag og fjöldinn allur af meðferðaraðilum hafa byrjað að notast við dáleiðslu í meðferðum sínum til að auka á jákvæðar niðurstöður. Sálfræðingar, hjúkrunarfræðingar, sjúkraþjálfarar, geðlæknar, læknar og tannlæknar osfv. hafa margir stokkið á vagninn.

Afhverju byrjaði ég í dáleiðslunni?

Sálfræðingurinn minn sagði einu sinni við mig: *„Þú verður að vera meðvituð með að margir sem ganga í gegnum svona kulnun og örmögun ná ekki fullri starfsgetu aftur."* Því miður, ég, dóttir í þessu tvíeyki, lærði þetta á erfiðan hátt.

Leyfðu mér að segja þér stuttu útgáfuna af sögunni minni. Söguna af því þegar ég fékk taugaáfall upplifði kulnun, algjöra örmögun.

Árið 2012 var ég að vinna sem þjónustufulltrúi í ræstingafyrirtæki sem veitti þrifaþjónustu til fyrirtækja. Ég var með stóran hóp af vel þjálfuðu ræstingafólki. Þannig að ég var með marga starfsmenn undir minni umsjón sem unnu á mismunandi vöktum frá morgni til kvölds í hinum ýmsum fyrirtækjum. Vinnan var nánast allan sólarhringinn en venjulegur vinnudagur hjá mér var um 16 tímar á dag, 6 daga vikunnar. Á þessu tímabili flutti ég einnig í annað húsnæði. Svo margt var í gangi á sama tíma. Snemma árs 2012 gerðist hið óvænta. Ég upplifði kulnun, örmögun eða taugaáfall. Ég settist í stól og var gjörsamlega dauð uppgefinn. Ég var andlega og líkamlega örmagna og grét í marga klukkutíma. Grátur gremju og þreytu. Líkaminn minn þoldi ekki meira. Ég var örmagna.

Til að gera langa sögu stutta þá missti ég vinnuna vegna þessa taugaáfalls, örmögnunar eða kulnunar.

Á þessum tíma leitaði ég leiðsagnar og handleiðslu frábærs sálfræðings til að hjálpa mér í gegnum þetta óþægilega andlega ástand. Sálfræðingurinn minn sagði mér að margir sem upplifa slíka kulnun/ örmögnun næðu aldrei að endurheimta fyrri starfsorku aftur.

Í dáleiðslunni köllum við þessi orð tillögur. Þetta eru orð sem eiga að breyta hugsun þinni. Þessi orð eru að reyna að selja þér þá tillögu að starfsgeta þín muni minnka héðan í frá eða að hún muni aldrei ná sömu hæðum aftur.

Á þessum tímapunkti fór ég að velta því fyrir mér hvort ég hefði selt heilsuna mína til fyrirtækisins sem ég vann hjá.

Í dáleiðslunni vinnur þú með huganum og notar ímyndunaraflið til að finna réttu lausnirnar sem henta þér. Í gegnum dáleiðsluna sá ég að ég þyrfti ekki að trúa því að ég gæti ekki náð fullri starfsgetu aftur. Ég er sú sem er við stjórnina bæði á hugsunum mínum og líðan. Ég lærði að hlusta á innsæið mitt og það sem hugur minn og líkami eru að segja mér. Dáleiðslan getur hjálpað þér að færa fókusinn frá vandamálinu yfir í lausnirnar sem umlykja þig – lausnir sem eru innra með þér. Ef þú getur ímyndað þér einhverja niðurstöðu sem hentar þér og þú getur teiknað upp skýra mynd í huganum af þeim lausnum sem þú ert að leita að (markmiðum þínum), þá geturðu sett stefnuna í rétta átt, í átt að blómstrun og vellíðan.

Þessi reynsla, að verða svo gjörsamlega andlega og líkamlega uppgefin, gaf mér dásamlega gjöf – gjöf dáleiðslunnar og krafta hennar.

Við höfundarnir erum mæðgur og vinnum mikið saman. Við skrifuðum þessa bók saman. Móðir mín er hjúkrunarfræðingur í grunninn og hefur lengi unnið við að hjálpa fólki að ná heilsu á ný. Mamma lærði dáleiðslu árið 2011 og það var hún sem hvatti mig eindregið til að læra dáleiðslu þar sem hún var þess alveg full viss um að þarna væru einmitt svörin að finna sem ég væri að leita að. Ég byrjaði að læra dáleiðslu haustið 2012, eftir taugaáfallið, til að finna einhverjar lausnir eða svör og einnig til að byggja mig upp og fá nýjan fókus og ný markmið.

Ég fór í sálfræðinám í framhaldi og útskrifaðist með BA gráðu (2020) og tók síðan meistaranám í jákvæðri sálfræði (2021). Við mamma vorum svo heillaðar af dáleiðslunni að við náðum okkur í réttindi til að kenna dáleiðslu. Byggt á vegferð okkar og reynslu viljum við deila þessum aðferðum með þér hér í þessari bók.

Í þessari bók förum við yfir allar þær aðferðir sem þú þarft til að virkja eigin huga og aðferðirnar til að hjálpa þér. Öll bókin er byggð upp til að hjálpa þér að læra að taka stjórn á eigin lífi, hamingju og vellíðan.

1. Kafli

Hvað er dáleiðsla?

Dáleiðsla er nátturulegt ástand sem við förum í marg oft á dag án þess kannski að kalla það dáleiðslu. Dáleiðsla er í raun mjög djúp slökun og í þessari djúpu slökun getum við farið og lagað til í undirmeðvitundinni hvort sem það er til að breyta einhverjum siðum eða venjum sem við viljum losna við eða til að leysa úr læðingi einhvern innri kraft sem við viljum efla innra með okkur. Dáleiðsla er í raun lykillinn að minningarbankanum okkar og sumt er okkur aðgengilegt og annað ekki og það er undirmeðvitundin okkar sem stjórnar því.

Það að kunna dáleiðslu og geta nýtt hana jafnvel í eigin þágu er ótrúleg tækni sem gerir það að verkum að það er ekki mikið sem getur staðið í vegi fyrir að við náum árangri í því sem við viljum gera. Það hefur nú oft verið sett fram sú mynd að hugurinn okkar sé eins og ísjaki að við sjáum 10% og 90% sjáum við ekki þar sem það er undir yfirborðinu, og að undirmeðvitundinn sé í raun þessi 90%. Ef við spáum aðeins í því þá sjáum við að með því að virkja einhvern hluta af þessum 90% þá getum við gert ótrúlega hluti.

Reyndur dáleiðari getur hjálpað þér að virkja einhvern hluta af þessum 90%. En það er engin ein aðferð sem hentar öllum, þannig að dáleiðarinn þarf að þekkja nokkrar mismunandi leiðir til að hjálpa og leiðbeina þér til að komast í dáleiðsluástand, til að fá aðgang að undirmeðvitundinni. Að fá aðgang að undirmeðvitundinni er það sem skiptir máli.

Er hægt að dáleiða alla?

Já, það er hægt að dáleiða alla sem vilja láta dáleiða sig. En það er ekki hægt að dáleiða einhvern óvart. Það þarf að vera samstarf milli einstaklingsins sem kemur í dáleiðslu og dáleiðarans.

Man ég eftir dáleiðslunni?

Já, þú manst flest allt eftir dáleiðsluna eða allavega þá hluti sem stóðu upp úr fyrir þér, en það er ekki víst að þú munir allt, en þú ættir að muna flest frá tímanum. Þetta er vegna þess að það ert þú sem ert að vinna alla vinnuna, ekki dáleiðarinn. Meðvitaði hugurinn (10%) þarf að vita hvað undirmeðvitundin (90%) er að gera til þess að báðir hlutar hugans vinni saman í átt að þínu markmiði. Til að gera þetta sendir þú gagnrýna hugann, sem er sían/dyravörðurinn að undirmeðvitundinni í smá pásu, svo að þú getir lagað og gert breytingar á lífi þínu. Þegar því er lokið er hægt að breyta hlutum í undirmeðvitundinni og taka þekkinguna á þessari breytingu yfir í meðvitaða hlutann án aðkomu síunar/dyravarðarins.

Er dáleiðsla hættuleg?

Nei, dáleiðsla er náttúrulegt ástand sem fólk fer í gegnum oft á dag. Við fáum yfir 5000 mismunandi áreiti í skynfærin á mínútu og ef við gætum ekki síað út það sem skiptir máli og það sem skiptir ekki máli þá myndum við brenna út.

Er dáleiðsla þá örugg?

Já, vegna þess að þú ert að vinna með hugann þinn og hugsanir og notar ímyndunaraflið til að sjá hlutina frá mismunandi sjónarhornum án þess að þurfa endilega að gera það sem þú ímyndar þér. Hugsunin og ímyndunaraflið getur oft sýnt þér hvort þessi áætlun sé rétt fyrir þig eða ekki.

Hvað getur dáleiðsla gert fyrir mig?

Dáleiðsla getur hjálpað til við allt sem hugurinn stjórnar og einnig allri lærðri hegðun. Hvað á ég við með lærðri hegðun? Þar sem við erum alin upp við ýmsa siði og venjur, þá er það stundum þannig að fólk vill breyta einhverjum af þessum siðum og venjum. Þá kemur dáleiðslan að góðum notum sem aðferð til að breyta því sem þú vilt breyta. Algengt er að fólk noti dáleiðslu bæði til að auka vellíðan sína og einnig til að breyta viðbrögðum við einhverju áreiti. Í sýndarveruleika hugans er hægt að sjá hvaða leið er möguleg og best fyrir viðkomandi út frá hugmyndum viðkomandi.

Hugurinn er svo öflugur og við getum unnið með hann til að breyta venjum, hegðun, viðbrögðum og færni með því að breyta því hvernig við bregðumst við ýmsu áreiti.

Hver er munurinn á klínískri dáleiðslu og sviðsdáleiðslu?

Eins og orðið gefur til kynna er klínísk dáleiðsla meðferðarform. Klínísk dáleiðsla er notuð til að styrkja einstaklinginn og hjálpa til við að breyta því sem einstaklingurinn vill breyta. Þetta er gert í afslappandi umhverfi og einstaklingnum er mættur á hans forsendum.

Hér er unnið með atburði, hugmyndir eða hegðun til að breyta eða laga, eða jafnvel endurstilla hugann og undirmeðvitundina, þannig að niðurstaðan sé í samræmi við það markmið sem sett var í upphafi.

Sviðsdáleiðsla er skemmtun eða skemmtiatriði. Sviðsdáleiðsla er gerð til að vekja hlátur og dáleiðslan eða sá sem er í dáleiðsluástandi er skemmtiatriðið. Yfirleitt fer þetta alltaf að þeim mörkum sem hinn dáleiddi er tilbúinn að fara að, en þegar þessum mörkum er náð opnar sá dáleiddi augun og er honum þökkuð þátttakan og vísað aftur í sæti sitt í salnum.

Dæmi eru um að fólk hafi skammast sín eftir að hafa tekið þátt í sviðsdáleiðslu þar sem þau gengu lengra en þau bjuggust við fyrirfram eða að þau geti fengið smá svona kjána-hroll innra með sér, en þetta gengur yfirleitt yfir á stuttum tíma. Ástæðan fyrir því að sviðsdáleiðarar taka svona marga upp á svið í upphafi sýningar er oftast sú að ekki eru allir tilbúnir að láta dáleiða sig í skemmtunarskyni. Þeir sem ekki fara í dáleiðsluástand á sviðinu er vísað aftur til sætis, oft því miður með þá hugsun að það sé ekki hægt að dáleiða viðkomandi. Og oft án þess að vita að þetta hefur bara með umhverfið að gera ekkert annað.

Ég, dóttirin, tók einu sinni þátt í sviðsdáleiðslu og það var gaman. Þegar ég náði þeim mörkum sem ég var til í að taka þátt í opnaði ég augun og var þakkað fyrir þátttökuna. Við, þátttakendur, vorum beðin um að klappa og tala við páfagauka, spila á hljóðfæri, dansa Hawaii dansa og svo framvegis. Ég spilaði á klarinett þegar ég var yngri, og á þessu stigi dáleiðslunnar sá ég fallegasta klarinett sem ég hef séð, og í stuttan tíma eftir dáleiðsluna var ég meðvituð um að ef ég sæji þetta klarinett gæti ég viljað kaupa það. Það eina sem truflaði mig eftir þessa sviðsdáleiðslu var að ég var með eins og þráhyggju fyrir þessu fallega hljóðfæri, en þetta dofnaði samt á 2-3 vikum. Ég fann aldrei þetta fallega klarinett en ég hef alltaf myndina í huganum og í undirmeðvitundinni sem fallegasta klarinett sem ég hef séð, þó svo að það sé bara í ímyndun hugans.

Hver stjórnar í dáleiðslunni?

Þú er sá eða sú sem stjórnar í dáleiðslunni, dáleiðarinn kemur með tillögur til þín en ef þú ákveður að fylgja þeim ekki sjálf(ur) þá gerist ekkert. Reyndar má líkja þessu við að þú farir í ferðalag og fararstjórinn segi öllum að hægra megin við rútuna sé kennileiti sem sé áhugavert að sjá en þú ákveður að loka augunum. Þá muntu fara á mis við að sjá þetta kennileiti. Þetta er alveg eins í dáleiðslunni, þú gætir valið að fara ekki eftir tillögum dáleiðarans og ferð þá á mis við upplifunina sem fylgir dáleiðslunni. Þetta svarar eflaust að einhverju leiti þeirri spurningu sem margir spyrja að sem koma í dáleiðslu.

„Geturðu hringt í mig eftir eitt ár og sagt „djúp dáleiðsla (deep sleep)" og ég fer í dáleiðslu?

Nei, það er ekki hægt vegna þess að þú ert sá/sú sem stjórnar en ekki dáleiðarinn.

Er ég meðvitaður/meðvituð um sjálfan mig meðan á dáleiðslu stendur?

Já og nei, þetta er eins og að vera á milli svefns og vöku. Það er eins og þú sért dottandi /dormandi í stól, en þú ert meðvitaður/uð. Tímaskynið þitt er öðruvísi; þér gæti fundist tíminn vera styttri en hann er í raun og veru í dáleiðslunni. Þetta er ekki eins og þú sért í svæfingu, þar sem þú manst ekki neitt. Dáleiðsla er mjög þægileg tilfinning og hún er mjög afslappandi og orkugefandi.

Er hægt að dáleiða tvær manneskjur, t.d. par, í einu?

Já, það er hægt, alveg eins og að dáleiða hóp í hópadáleiðslu. Þegar um meðferðir er að ræða er samt ekki mælt með því að fullorðinn einstaklingur hafi annan einstakling inni í meðferðarherberginu á meðan á tíma stendur. Þetta er gert til að tryggja friðhelgi einkalífs, trúnað og frelsi skjólstæðings/viðskiptavinarins og líka að skjólstæðingurinn/viðskiptavinurinn sé tilbúinn til að vinna í þeim málum sem upp kunna að koma, án þess að hafa áhyggjur af því að það verði notað gegn þeim síðar meir. Í dáleiðslu er oft unnið með hluti sem eru jafnvel duldir eða ókunnir skjólstæðingnum/viðskiptavininum og því er mikilvægt að hann hafi það frelsi og rými til að tjá sig.

Þegar um er að ræða börn sem eru ólögráða en komin á unglingsaldur ræður barnið hvort foreldri eða forráðamaður dvelja inni eða ekki. Fyrir börn í yngri aldurshópum (7-12 ára) er mælt með því að foreldri eða forráðamaður sé inni þar sem það getur veitt barninu öryggi.

Meðvitund og Undirmeðvitund

Huganum er skipt í meðvitund og undirmeðvitund. Meðvitaði hugurinn stjórnar öllu sem við gerum meðvitað, öllu sem við ákveðum og skipuleggjum fyrirfram. Á hinn bóginn stjórnar undirmeðvitundin öllu sem er ómeðvitað eða sjálfkrafa; eins og allri líkamsstarfseminni frá A - Ö. Þú þarft ekki að hafa áhyggjur af líkamsstarfseminni þinni. Hún virkar bara sjálfkrafa án þess að þú hugsir um það. Ef eitthvað kemur fyrir líkama þinn lætur undirmeðvitundin þig vita með verkjum eða óþægindum að eitthvað sé ekki í lagi, svo þú getir notað meðvitaða hluta hugans til að leita lausna. Allt það sem þú lærir svo vel að þú þarft ekki að hugsa þegar þú framkvæmir þá er því stjórnað af undirmeðvitundinni þinni. Undirmeðvitundin stjórnar einnig þeim fimm skilningarvitunum sem við höfum, þ.e. sjón, heyrn, snertingu, bragði og lykt. Undirmeðvitund þín geymir allt sem þú hefur upplifað og notar þessi fimm skilningarvit til að varðveita þessar minningar upplifanna. Með þessari skjölunaraðferð getur undirmeðvitundin kallað fram tilfinningar þegar þú tekur eftir einum af þessum kveikjum varðandi minni þitt og endurheimt minningarnar.

Gagnrýni hugur, dyravörður undirmeðvitundarinnar (The Critical mind)

Gagnrýni hugurinn er á milli meðvitaða hugans og undirmeðvitundarinnar. Þessi hluti af huga þínum er eins og dyravörður/sía að undirmeðvitundinni. Þú færð mikið af áreiti á skynfærin á hverri sekúndu, þannig að ef þetta væri ekki til staðar, myndirðu brenna út vegna þess að þú myndir ekki geta síað út hvað á við um þig og hvað ekki. Þessi hluti hugans hjálpar þér við þessa síun. Í dáleiðslu, þegar þú ert að skoða það sem er í undirmeðvitund þinni, ferðu framhjá þessum gagnrýna huga og leyfir þér að sjá hvernig hlutirnir eru og breyta því sem þú vilt breyta. Í þessari bók munum við sýna þér hvernig þú getur gert þetta.

Getur einstaklingur festst í dáleiðsluástandi?

Nei, þú getur ekki festst í dáleiðsluástandi. Þar sem fólk fer mismunandi djúpt í dáleiðslu getur það tekið fólk mislangan tíma að komast almennilega út úr dáleiðslunni. En þú getur ekki festst í dáleiðslu. Dáleiðari sem hefur lært dáleiðslu lærir aðferðir sem koma í veg fyrir að fólk sé lengur í dáleiðslu en áætlað var og því engin ástæða til að hafa áhyggjur af þessu.

Get ég dáleitt sjálfan mig?

Já, og það er í raun eina leiðin til að fara í dáleiðslu. Öll dáleiðsla er sjálfsdáleiðsla þar sem það ert þú sem ert við stjórnvölinn en ekki dáleiðarinn.

Endist dáleiðslan og meðferðin?

Já, hún gerir það. Þetta eru breytingar sem þú ert að gera hjá sjálfum þér og ef þú vilt að þessar breytingar endist munu þær endast. Tungumál undirmeðvitundarinnar er oftast sjónrænt og því nákvæmari sem ímyndunin þín er af markmiði þínu, því hraðar mun undirmeðvitundin skapa þær breytingar sem þú vilt. Þegar undirmeðvitund þín samþykkir nýja hugmynd, samþykkir hún hana sjálfkrafa á meðvitaða stiginu líka.

Þú getur líka prófað að gera breytingar og séð hvernig þér finnst um þá breytingu í smá tíma, eftir það geturðu ákveðið hvort þessi breyting sé varanleg eða ekki. Þú þarft alltaf að hafa val um tíma, jafnvel þótt markmiðið sé alltaf að niðurstaða dáleiðslumeðferðarinnar haldi.

Hvenig virkar dáleiðslan best?

Dáleiðsla virkar best þegar þú getur farið í mikla og djúpa slökun og þú kemur með opinn huga. Vertu tilbúinn til að rannsaka og kanna nýjar leiðir og leyfðu ímyndunaraflinu að sýna þér leyndardóma hugans, og bestu leiðirnar að þínum lausnum, með styrkleika þína að leiðarljósi sem búa innra með þér.

Er hægt að dáleiða mig svo að ég muni ekki neitt?

Nei, það er ekki hægt, að minnsta kosti ekki til árangurs, því ef þú manst ekki eftir breytingunum, hvernig eiga þær þá að gerast? En það er hægt að dáleiða þig þannig að tilfinningarnar sem þú ert að takast á við valdi þér ekki kvíða eða óþægindum, sem er algengasta ástæðan fyrir því að fólk vill helst ekki muna eftir dáleiðslunni.

Undirmeðvitundin leiðir þig áfram og lætur þig muna það sem þú þarft að muna. Það er líka til formúla sem kallast „Gleymsku" formúlan, þar sem við biðjum undirmeðvitundina að muna það sem þarf að muna og gleyma því sem þarf ekki að muna. Allt þetta er hægt að gera í dáleiðslunni, með vellíðan þína sem aðalmarkmið þitt.

Er 100% árangur af dáleiðslumeðferðum

Nei, það er ekki 100% árangur, en það er mjög góður árangur engu að síður. Dáleiðslan bætir vellíðan í flestum tilfellum. Sumir halda því eindregið fram að dáleiðslumeðferðir séu allt að 93% áhrifarík eftir 6 skipti/tíma. Þó að aðrar meðferðir skili einnig góðum árangri, þurfa þær venjulega oftast miklu fleiri skipti/ tíma.

Dáleiðsla, í gegnum undirmeðvitundina, leiðréttir minni og umbreytir "gömlum spólum" sem hafa verið að spilast endalaust í undirmeðvitundinni yfir langan tíma. Dáleiðslumeðferð er frábær leið til að breyta því hvernig þér líður með sjálfan þig og koma þér á þinn besta stað.

2. Kafli

Hvað getur dáleiðsla gert fyrir mig?

Flestir ganga í gegnum
heiminn í trans af
vanmætti,
starf okkar er að umbreyta
þessu í trans
valdeflingar.
(Dr. Milton H Erickson)

Dáleiðsla er ekki bara tækni til að gera frábærar breytingar á lífi þínu.
Heldur sem leið til að draga úr streitu. Púlsinn hægist. Blóðþrýstingurinn þinn lækkar.
Þegar það gerist sérðu hlutina skýrar. Þú ert tilbúinn að gera breytingar.

Rhoda Kopy

Í þessum kafla færðu að fræðast um mismunandi vandamál sem dáleiðslan getur veitt lausnir á. Einnig, fyrir hvert vandamál sem rætt er um, deilum við árangurssögum frá skjólstæðingum/viðskiptavinum okkar. Þetta eru sögur um hvernig dáleiðslan hefur hjálpað skjólstæðingum/viðskiptavinum okkar að fá lausnir við mismunandi vandamálum.

Virkar dáleiðsla á beinbrot?

Nei, dáleiðsla virkar ekki á beinbrot. Brot eru hvorki hugsanir né hegðun. Og eins og við höfum sagt áður virkar dáleiðslu á það sem hugurinn stjórnar, ekki hlutum sem krefjast læknisfræðilegrar nálgunar og úrlausnar eins og beinbrot. Sumir dáleiðarar segja að dáleiðsla geti flýtt fyrir bata. Þeir vinna þá með ímyndunaraflið í að sjá fyrir sér meiri hraða í gróanda og einnig hvernig beinið grær. Allt sem fær athygli vex og dafnar og því mikilvægt að nýta sér það með góðum árangri við lækningu brotinna beina þó dáleiðslan sem slík sé ekki það sem hefur hér aðaláhrifin.

Virkar dáleiðsla til að hætta að reykja?

Já, og mjög vel. Í þessu tilviki hittum við reykingamanninn þrisvar sinnum, dáleiðarinn vinnur með þá þætti sem stjórna reykingum viðkomandi. Dæmi: streita, félagsleg samskipti, hvíld, róun og allar ástæður þess að viðkomandi reykir.

Það tekur um 4 daga fyrir nikótín að fara úr líkamanum þegar fólk hættir að reykja.

Fólk getur fundið fyrir kvef-einkennum þegar það hættir. Þetta er vegna þess að líkaminn er að losa sig við nikótínið úr líkamanum. Það getur tekið allt að 28 daga að breyta siðum og venjum sem hafa fylgt reykingum. Margir reykja alltaf á sömu stöðum eins og í bílnum eða þegar talað er í síma. Alla þessa staði má kalla kveikjur (triggera) . Í tilfellum sem þessum er það ekki líkaminn sem kallar á nikótín heldur venjan sem stjórnar lönguninni til að reykja.

Í dáleiðslu hætta flestir að reykja í fyrsta tímanum og af reynslu okkar getum við sagt að við höfum um 85% árangur í að hjálpa fólki að hætta að reykja og það er talinn hár árangur.

Að hætta að reykja er ákveðið ferli tekið í þremur dáleiðslutímum. Í fyrsta tímanum er hugurinn fenginn til að breyta áherslum yfir í reykleysi, losna við reykingarþörfina, takast á við streitu og sjá fyrir sér reykleysi. Tími tvö felur í sér að takast á við streitu og það sem viðkomandi þarf að takast á við, þetta mjög persónubundið milli skjólstæðinga. Í þriðju og síðasta tímanum eykur þú ímyndunina og framtíðarsýnina um reyklausa framtíð. Vellíðaninn og sjálfstraust er endanlega stillt í undirmeðvitundinni og gefin skýr endanleg spegilmynd sem reyklausum einstaklingi.

Árangurssaga: „Mig langar að hætta að reykja. Getur þú hjálpað mér?"

Það kom til mín maður til að hætta að reykja. Hann hafði reykt í 40 ár og vildi hætta. Ástæðurnar voru þær að hann vildi halda heilsu eins lengi og hann gæti. Honum finnst gaman að hlaupa og synda en hann var farinn að finna fyrir mæði. Einnig voru barnabörnin hans, sem hann nýtur þess að vera með, farin að kvarta undan reykjarlykt. Hann sagði líka að reykingar væru rugl og kostuðu mikið.

En heilsan hans var aðalástæðan fyrir því að hann vildi hætta að reykja.

Í forviðtali spurði ég spurninga eins og: „Af hverju viltu hætta að reykja? „Af hverju hefur þú verið að reykja allan þennan tíma?" „Hvað færðu út úr þessu?"

Í dáleiðslunni notaði ég svörin við þessum spurningum til að breyta hugsun hans til reykinga. Í dáleiðslunni vann ég að því að losa hann við nikótínþörfina (nikótín hverfur úr blóði á 4 dögum) og að losna algjörlega við reykingavanann. Ég lét hann ímynda sér lífið án reykinga, hver var leiðtoginn í þessu öllu (hann sjálfur). Ég lét hann ímynda sér allt sem hann vill ná með því að hætta að reykja. Heilsan batnar, bragðlaukarnir blómstra, lyktarskynið verður sterkara, svefninn batnar, hann losnar við hóstann (tekur venjulega ekki nema viku til 10 daga að losna við hóstann), losnar við reykingalykt, tennurnar verða hvítari og margt fleira.

Hann hætti að reykja í fyrsta tímanum. Þegar hann kom í tíma tvö viku síðar sagði hann við mig „Hvað gerðir þú við mig? Ég hef ekki reykt síðan ég var síðast hjá þér." Ég svaraði honum: "Ég er bara leiðsögumaður í þessu ferðalagi þínu. Þú vinnur alla vinnuna. Þú ert bara svona öflugur og þú ert að gera það sem þú vilt gera, það er frábært."

Í tíma tvö talaði ég um fæðu-inntökuna þannig að þó að bragð- og lyktarskynið batni mun hann ekki borða meira en áður. Hann vildi nefnilega ekki þyngjast við það að hætta að reykja.

Í tíma þrjú, viku síðar, fór ég í almenna vellíðan til að auka sjálfstraustið og finna gleðina við að hætta algjörlega að reykja. Við skoðuðum markmiðin sem sett voru í fyrsta tímanum og hvernig þetta hefur allt gengið vel. Hann sá fyrir sér reykleysi út lífið og var mjög ánægður með það.

Eins og áður sagði hætti hann að reykja í fyrsta tímanum og ári síðar, þegar ég heyrði í honum, hefur hann ekki farið aftur í að reykja og hann er himinlifandi yfir velgengni sinni.

Virkar dáleiðsla gegn kvíða, hræðslu og ótta?

Já, dáleiðsla getur hjálpað til við að leysa vandamál tengd kvíða, hræðslu og ótta hjá flestum. Til þess hittir þú dáleiðara að minnsta kosti 2 sinnum og þú finnur út hvaða skilaboð kvíðinn, hræðslan eða óttinn er að senda þér og hvers vegna undirmeðvitundin sendir þessar tilfinningar eða skilaboð til þín. Í dáleiðslu notar þú ímyndunaraflið til að ímynda þér lífið án kvíða, hræðslu og ótta. Þú færð tækifæri til að breyta sýn þinni og hugsun gagnvart kvíðanum og þessum tilfinningum. Þú færð líka svör við spurningum eins og: „Hvað gerir kvíði fyrir þig?" „Hvernig væri lífið án kvíða?

Satt best að segja er kvíði ekkert annað en hindrun fyrir þann sem upplifir hann og það þarf að fá hugann til að hætta að senda kvíðavaldandi skilaboð og senda frekar uppbyggileg skilaboð um betri líðan og góðri framtíðarsýn.

Í gegnum dáleiðsluna lærir þú aðferðir sem geta reynst þér vel til að koma í veg fyrir að kvíðinn stjórni þér og að þú byrjir að stjórna kvíðanum. Þetta er svipað og rófan sem sveiflar hundinum, frekar en að hundurinn sveifli rófunni.

Dáleiðarinn getur kennt þér aðferð sem kallast „spinning". Með þessari aðferð ertu beðinn um að sjá kvíðann í föstu formi, sjá liti hans, stærð og athuga hvort þú getir gert eitthvað til að stjórna honum. Næst ertu beðinn um að prófa að færa hann til hægri og vinstri og þá er þér boðið að pakka þessum kvíða saman og taka hann í burtu ef þú vilt.

Eins og þú hefur lesið hér að framan þá er dáleiðsla alltaf sjálfsdáleiðsla. Þannig að í öllu þessu ert það þú sem stjórnar ferðinni. Alltaf þegar þú tekur eitthvað í burtu úr undirmeðvitundinni mælum við með því að þú dragir djúpt inn andann og fyllir það rými af friði og ró. Í þessu tilfelli þarftu að fylla það rými sem inniheldur kvíða með friði, ró og vellíðan. Og það eru nokkrar útgáfur af þessari nálgun. Sjá handrit aftast í bókinni.

Árangurssaga: "Ég get ekki kynnt ritgerðina mína, ég er svo stressuð."

Það kom ung kona til mín, sem var að taka lokapróf í Háskóla Íslands. Hún var mjög stressuð og leið svo illa að þurfa að kynna og verja ritgerðina sína fyrir áhorfendum. Hún var vel undirbúin og kunni námsefnið mjög vel, en tilhugsunin um að þurfa að standa fyrir framan fólk og tala var algjörlega yfirþyrmandi. Hún er ekki ein um að líða svona. Mörgum finnst það mjög erfitt að þurfa að standa fyrir framan fólk og tala.

Að standa fyrir framan hóp fólks og tala er einn algengasti ótti sem fólk upplifir. Fólki finnst það oft óyfirstíganlegt og fólki finnst það stama í hverju orð. En þetta er allt í huganum á okkur og þess vegna er hægt að breyta þessu með því að vinna í huganum og hugsuninni.

Í dáleiðslunni fór ég yfir þetta með henni með hjálp ímyndunaraflsins. Hún ímyndaði sér sjálfa sig ganga upp á sviðið til að flytja erindið sitt. Hún sá fyrir sér í huganum allt fólkið í salnum og sá fyrir sér þar sem hún var brosandi og full sjálfstrausts. Hún sá fyrir sér hvernig hún blómstraði við flutninginn á hugmyndum sínum og niðurstöðum í þessari vörn á ritgerðinni sinni.

Ég fór ítrekað yfir þetta í dáleiðslunni þar til henni leið vel og hún fann fyrir löngun til að takast á við verkefnið því henni fannst hún geta það og var tilbúin að fá hugann til að vinna að því.

Ég leiðbeindi henni líka í gegnum það hvernig hún gæti undirbúið sig og undirbúið sig rétt áður en hún færi á sviðið. Allt sem hún þyrfti að gera væri frekar einfalt. Stattu upp, farðu að veggnum, settu bakið upp að veggnum, stattu upprétt, segðu við sjálfan þig að þetta muni ganga vel, andaðu síðan djúpt og búðu þig undir að röðin komi að þér.

Og þegar hún loksins fer upp á sviðið ætti hún að ganga sjálfsörugg, með bakið beint. Hún ætti líka að brosa og bera höfuðið hátt. Með þessu verður allt í góðu lagi. Salurinn er hennar!

Hún kynnti ritgerðina sína frábærlega og hafði samband við mig eftirá. Hún var alveg í skýjunum þar sem hún stóð sig svo vel og hafði svo gaman af því að kynna verkefnið sitt.

Svo þú sérð, dáleiðsla getur hjálpað til við að breyta því hvernig þú hugsar. Allt sem þú þarft að gera er að sjá fyrir þér að ná árangri í hverju því sem þú stefnir að.

Virkar dáleiðsla til að bæta svefn?

Já, heldur betur. Grunnurinn að góðum svefni er að slaka á og öðlast eða fá hugarró. Til að fá góðan nætursvefn þarftu að leggja til hliðar eða bægja öllum hugsunum frá sem trufla þig, að minnsta kosti þangað til næsta morguns þegar þú ert vakandi og endurnærð(ur).

Sumir vakna á nóttunni og eiga erfitt með að sofna aftur. Það tekur að meðaltali um það bil 20 mínútur að sofna í upphafi svefns og 2-3 mínútur að sofna aftur ef þú vaknar að nóttu til. Það er líka eðlilegt að vakna eða rumska einu sinni eða tvisvar á nóttu. Með dáleiðslunni geturðu notað ímyndunaraflið til að eiga auðveldara með að sofna. Góð leið til að búa sig undir góðan nætursvefn er t.d að rifja upp þrjá góða hluti sem gerðust yfir daginn. Þetta kemur þér í jákvætt hugarástand, gerir þig afslappaðri og auðveldar ferð þína til draumalandsins. Það dregur athygli þína frá hlutum sem gengu ekki vel yfir daginn og gætu truflað huga þinn og þar af leiðandi haldið fyrir þér vöku. Að fara að sofa með afslappaðan huga og með þakklæti í hjarta ættirðu ekki að eiga í erfiðleikum með að sofna.

Árangurssaga: "Geturðu hjálpað mér með gamlar minningar sem eru að eyðileggja nætursvefninn?"

Það kom til mín maður til að losa sig við ákveðnar minningar sem voru að angra hann mikið. Hann vaknar á nóttunni og þessar gömlu minningar halda fyrir honum vöku.

Í dáleiðslunni fórum við aftur í tímann til tímabilsins fyrir þessar minningar (áður en minninginn varð til), tíma þar sem engar minningar trufluðu hann.

Þaðan héldum við áfram á tímalínunni, ár frá ári. Allt þetta gerðist með ímyndun hans í gegnum sýndarveruleika hugans. Hann sá í huganum hvað var að gerast og horfði á það eins og hann væri að horfa á kvikmyndatjald, án hugsananna og tilfinninganna sem særðu hann – samt voru einhverjar tilfinningar sem komu upp, en allt gekk vel. Hann breytti hugsunum sínum til þessarar reynslu í fortíðinni til að geta láta sér líða betur. Við köllum þetta að pússa steinana sína sem eru í bakpokanum (gömul reynsla). Steinarnir í sínu hráasta formi eru oft grófir, beittir og gætu sært eða meitt mann. Þú ert að gera þessa steina að fallegum gimsteinum sem hafa verið slípaðir og pússaðir.

Við eigum öll fortíð og það er okkar að ákveða hvernig við viljum muna það sem við höfum gengið í gegnum í lífi okkar. Ef þú getur lagað eða dregið úr óæskilegum minningum með því að taka dáleiðslutíma, er það ekki bara frábært?

Þessi maður kom og í þrjá dáleiðslutíma og svefninn fór aftur í eðlilegt horf. Það var ekki bara svefninn sem hann fékk í lag. Hann sagði að eftir dáleiðslutímana hafi hann farið að njóta sín betur í öllum samskiptum því honum leið miklu betur með sjálfan sig.

Virkar dáleiðsla til að léttast eða sem þyngdarstjórnun?

Já, dáleiðsla getur vissulega hjálpað við það markmið, og það eru margar leiðir innan dáleiðslunnar að settu marki.

Til þess skoðum við fyrst og fremst orsök þyngdaraukningarinnar og það er gert í forviðtalinu. Það er ýmislegt sem getur valdið þyngdaraukningu eins og sjúkdómar, aukaverkanir lyfja, rangt mataræði o.fl.

Næst förum við í dáleiðslu, veljum þá aðferð sem hentar þér og því markmiði sem þú hefur sett þér.

Það er til aðferð sem kallast sýndar-magaband (Virtual Gastric Band) og fjölmargar aðrar aðferðir. En hafðu í huga að það er engin ein aðferð sem hentar öllum. Leyfðu þér að vera forvitinn og láttu undirmeðvitundina færa þér lausnirnar til að ná árangri.

Virkar dáleiðsla við ADHD?

Já og nei. ADHD er taugaröskunarsjúkdómur sem ekki er hægt að „lækna" með dáleiðslu. En dáleiðsla getur hjálpað þér að forðast það að brjóta þig niður, sem er nokkuð algengt meðal fólks sem er með ADHD. Þetta eru skorður sem stafa af taugaröskunarsjúkdómnum. Dáleiðsla er ekki lækning heldur hjálpar dáleiðslan fólki að líða betur með þessum skorðum sem lífið setur ADHD einstaklingum án þess að brjóta sig niður eða tala sjálfan sig niður.

Taugaröskunarsjúkdómar stjórnast ekki af ímyndunarafli eða hugsun og því er ekki hægt að nota ímyndunarafl til að leiðrétta eða breyta þeim. En það er hægt að nota ímyndunaraflið til að bæta t.d. minnið, þú getur líka notað það til að auka einbeitingu daglega. En þú ættir að vita að þetta gerir þig ekki lausan við ADHD. Frekar gerir það að verkum að einkennin verða minna truflandi og minna hamlandi en áður.

Virkar dáleiðsla á flughræðslu?

Hægt er að leysa flughræðslu með dáleiðslu og árangurinn er mjög góður. Í dáleiðslu ertu að leita svara við ástæðunni fyrir því að þú ert með þennan ótta og hvort hann sé gagnlegur fyrir þig. Það er oft þannig að þessi ótti er lærð hegðun. Það gæti verið foreldri eða annar náinn einstaklingur sem sýnir þennan ótta, sem þeir síðan færa yfir til þín. Flestir eru hræddir við ókyrrð í lofti og finnst hún mjög óþægilegt á meðan aðrir óttast flugtak og lendingu. Þar sem óttinn getur verið á mismunandi stöðum í fluginu þarf að nálgast þetta í samræmi við það. Í dáleiðslunni skoðarðu líka hvort þú eigir uppáhaldssæti í flugvélinni þar sem það getur dregið úr ótta.

Það er svo skrítið að allir sem hafa leitað til mín til að sigrast á flughræðslu völdu ekki uppáhaldssætið sitt í flugvélinni heldur tóku sætið sem þeim var úthlutað. Þetta er oft kveikjan að hræðslunni því ef einstaklingur velur sér sitt uppáhaldssæti þá er ákveðin eftirvænting og spenna til að upplifa gott flug.

Skoðaðar eru vonir og væntingar til flugsins og undirmeðvitundin beðin um að laga sig að þeim væntingum og síðan er framtíðarflugið/ ímyndaðaflugið notað til að sjá hvort það séu fleiri staðir sem þarf að laga til að viðkomandi upplifi væntingar sínar og tilhlökkun fyrir fluginu.

Virkar dáleiðsla sem verkjameðferð?

Já, dáleiðslan getur hjálpað með verki. Sársauki eða verkir eru leið líkamans til að segja að eitthvað sé ekki í lagi og þarfnist athygli og að það þurfi að finna orsök þeirra og hvernig á að meðhöndla, ef það er hægt.

Hægt er að nota dáleiðslu til að lina sársauka og verki. Þegar þetta er gert þarf fyrst að ganga úr skugga um að viðkomandi hafi farið til læknis og fengið skoðun á verkjum sínum og að möguleg orsök verkanna hafi verið rannsakað vel.

Stundum getur sársauki verið langvinnur og orsök þessa alvarlegu verkja / sársauka getur verið af óþekktum toga, ólæknandi (krónískir) eða ekki hægt að laga. Í þeim tilfellum getur dáleiðslan hjálpað.

Í mörgum löndum þurfa dáleiðarar að fá leyfi frá lækni skjólstæðings til að dáleiða þá við verkjum.

Orsök sumra verkja, til dæmis höfuðverkja, er venjulega þekkt og í slíkum tilfellum er það læknirinn sem sér um það. Dáleiðsla kemur aðeins inn þegar verkurinn er langvarandi (krónískur) eða af óþekktum ástæðum. Dáleiðsla er gagnleg við svoleiðis verkjum vegna þess að hugurinn er mjög öflugur og hann er alltaf viljugur og tilbúinn til að leyfa okkur að líða eins vel og hægt er hverju sinni.

Ekki misskilja, dáleiðsla snýst ekki um að sannfæra þig sjálfa(n) um að sársauki þinn eða verkir séu ekki til eða séu ekki raunverulegir. Heldur hefur dáleiðslan áhrif á skynjunina þannig að verkirnir stjórnar ekki lífi þínu og þú getur dregið úr því hversu sársaukafullir verkirnir eru, þannig að verkurinn sé þolanlegur og viðráðanlegri. Sumir losna alveg við verkina í dáleiðslu, að minnsta kosti tímabundið Það er hægt að undirbúa sig með dáleiðslu þannig að það sé auðveldara að takast á við verki sem maður veit að eru að koma eins og hjá tannlækni eða hvers kyns sprautum og þess háttar. Fullkomið dæmi um hvernig dáleiðsla getur hjálpað til við verkjameðferð er sagan hans Bruce Eimer sem hann segir frá í bók sína, „Hypnotize Yourself Out of Pain Now" og var skrifuð árið 2008.

Bruce Eimer er dáleiðari, sálfræðingur og rithöfundur. Hann hefur unnið mikið við verkjastjórnun og notar aðferðir innan dáleiðslunnar bæði fyrir sig sjálfan og til að hjálpa öðrum.

Fyrir mörgum árum lenti hann, því miður, í alvarlegu slysi og í kjölfar slyssins var hann mjög verkjaður. Læknar og heilbrigðisstarfsmenn efuðust um upplifun hans af verkjunum, og það var þá sem hann byrjaði að nota sjálfsdáleiðslu til að stjórna sársauka sínum og verkjum og fann fljótlega að hann gat stjórnað verkjunum með ímyndunaraflinu og dregið úr þeim. Það var kveikjan að því að hann skrifaði bók um verkjastjórnun.

Hugurinn er nefnilega svo ótrúlega öflugur. Og það er alveg fáránlegt og ótrúlegt að ekki skuli kennt hvernig við getum notað kraft hugans (til góðs) strax bara í grunnskólum.

Notkun á dáleiðslu til verkjameðferðar er mjög öflug og hefur hún verið notuð á framsækinn hátt. Hægt er að nota dáleiðslu sem deyfingu t.d við skurðaðgerðir. Það var einmitt gerð kviðslitsaðgerð undir dáleiðsluáhrifum í beinni útsendingu á BBC í Bretlandi árið 2016.
Hynosurgery live - shows surgery

performed under hypnosis (https://www.youtube.com/watch?v=SgDQRDroSv0)

Krafti hugans eru engin takmörk sett og við getum svo sannarlega notað hugann og ímyndunaraflið til að leyfa okkur að stjórna sársauka og verkja upplifun og líða vel hvenær sem við viljum.

Virkar dáleiðsla til að upplifa fyrri líf?

Já, og sú aðferð heitir Fyrri lífs dáleiðsla. En það er samt ekki hægt að sanna það eða afsanna að hér sé um fyrra líf að ræða. Þessi nálgun hefur hjálpað mörgum að finna svör og lausnir við þeim vandamálum sem þeir standa frammi fyrir í dag, en erfitt er að svara hvers vegna svo er með fullkominni vissu.

Fyrri lífs Dáleiðsla er dáleiðsluaðferð þar sem þú ferð aftur í tímann í huganum og skoðar minningar og hugsanir sem eru truflandi eða hávaðasamar. Þú getur endurstillt þær og látið þessar minningar verða rólegar og friðsælar svo þær trufli ekki daglegt líf þitt. Þú getur einnig séð hvaða skilaboð þessar minningar eru að veita þér eða leiðbeina þér með, og með því að hlusta á skilaboðin frá undirmeðvitundinni fengið nýja sýn á hlutina.

Það er hægt að fara aftur í tímann með því að nota Regression aðferðina og fara alla leið til frumbernsku, en stundum er þetta ekki nóg. Í slíkum tilfellum gætir þú þurft að fara lengra aftur í tímann til tímans fyrir fæðingu og margir hafa upplifað bata þar.

Dáleiðslan hjálpar þér að skilja hvers vegna þér líður eins og þér líður og hversvegna þú finnur fyrir djúpri tengingu við ákveðna staði.

Stundum þarftu að komast að því hversvegna ákveðnar tilfinningar eða hugsanir særa þig eða draga þig niður. Þú gætir líka þurft að finna út hvers vegna þær eru til, kannski eru þær úr fyrra lífi. Þetta getur hjálpað þér að losna við ótta og jafnvel einhver viðhorf sem þú skilur ekki hvers vegna þú hefur.

Hvort það sé raunverulegt fyrra líf eða ekki er ekki hægt að sanna, en þar sem þessi aðferð hjálpar fólki að líða betur, þá er tilgangnum náð.

Í rannsóknum sínum á fyrri lífs dáleiðslu hefur Dr. Brian L. Weiss, geðlæknir, dáleiðari og rithöfundur sem sérhæfir sig í fyrri lífs dáleiðslum skrifað bók um þessa nálgun. Í rannsóknum sínum á fyrri lífs dáleiðslu fann hann ótrúlegar ástæður fyrir vandamálum skjólstæðinga sinna í núverandi lífi.

Í fyrstu trúði hann ekki að fyrra líf væri til, en svo kom til hans sjúklingur sem fór langt aftur í fyrra líf og upplifði þar atburði sem í kjölfarið leystu vandamál hennar í núverandi lífi.

Með því að nota fyrri lífs dáleiðslu gat hann hjálpað sjúklingum sínum að lækna gömul sár og þá byrjaði hann að vinna á algjörlega nýju sviði innan starfs síns.

Hann skrifaði mjög fróðlega og áhugaverða bók þar sem hann lýsir því hvernig sannfæring hans breyttist og jókst.

Þessi bók er „Many Lives, Many Masters: The True Story of a Prominent Psychiatrist, His Young Patient, and the Past-Life Therapy That Changed Both Their Lives" (1988). ISBN 0-671-65786-0

Hann hefur einnig skrifað margar aðrar bækur um efnið.

Það er bara ein spurning sem þú þarft að svara. Trúir þú á fyrra líf? Ef þú trúir því að þú hafir lifað fyrri lífum er ekkert því til fyrirstöðu að skoða það í dáleiðslu.

Er hægt að bæta sjálfstraust í dáleiðslu?

Já, með dáleiðslu geturðu bætt sjálfstraust þitt. Ímyndunarafl mannsins er mjög öflugt og það er í raun óendanlegt úrræði til að breyta og leiðrétta ýmsar tilfinningar og hugsanir.

En hvenær geturðu sagt að þú hafir gott sjálfstraust?

Hér eru nokkur atriði um hvað sjálfstraust er:

- Sjálfstraust er að treysta sjálfum sér til að gera það sem þú vilt gera.
- Sjálfstraust er að treysta sjálfum sér til að gera það sem þú kannt og er þægilegt að gera.
- Sjálfstraust er að vita hvað þú getur og hvað þú getur ekki.
- Sjálfstraust fer eftir aðstæðum.
- Stundum hefurðu sjálfstraust og stundum ekki.
- Þegar þú ert örugg(ur) á stað þar sem þú veist allt.

Við viljum hafa gott sjálfstraust og treysta okkur sjálfum til að gera það sem hugur okkar vill. Við viljum gera vel og vera örugg með okkur sjálf í öllum aðstæðum.

Með dáleiðslu er hægt að leiðrétta hugsanir þínar á margan hátt til að auka sjálfstraust. Þú getur notað Regression, farið aftur í tímann áður en vandamálið kom upp, til að leysa þetta. Þetta felur í sér að ímynda sér hvað gerðist, þ.e. atvikið sem olli vandanum, leiðrétta síðan hugsanirnar með tillögum þannig að hugsunin hætti að draga þig niður eða brjóta þig niður. Sjá í 10. kafla Handrit, síðar í bókinni.

Getur dáleiðsla hjálpað með markmiðasetningu?

Já, og mjög vel. Þegar þú býrð til mynd í huganum af markmiðinu sem þú ert að sækjast eftir er mikilvægt að sjá myndina skýrt í huganum, þannig að það virðist næstum eins og þú hafir þá og þegar náð markmiðinu. Þegar myndin af markmiðinu er orðin kristal skýr ertu fljótari að yfirstíga allar hindranir sem kunna að koma upp á leiðinni að settu markmiði. Með því að nota sýndarveruleika hugans sem dáleiðsla veitir geturðu kortlagt hvernig þú ætlar að ná þessu markmiði og hvaða leið hentar þér best.

Það að vinna að markmiðum sínum ætti að vera skemmtilegt en á sama tíma líka svolítið krefjandi, en meira á þessum gleðinótum. Í dáleiðslu muntu geta sannfært sjálfan þig og undirmeðvitund þína um mikilvægi þessa markmiðs fyrir þig. Spyrðu sjálfan þig, hvað græði ég á því að ná þessu markmiði? Hver er ávinningurinn fyrir mig við að ná þessu markmiði? Og hvað mun breytast í lífi mínu eða líðan með því að ná þessu markmiði? Þessar spurningar munu hjálpa þér að búa til myndir í huga þínum um þetta markmið. Þegar þú hefur kortlagt leiðina að markmiðinu er gott að skoða hana með því að fara í gegnum hugann í framtíðinni og skoða hvernig þér líður eftir að þú hefur náð þessu markmiði og leggja þessa tilfinningu á minnið þannig að þú getir kallað aftur í tilfinninguna á þessari vegferð sem þú ert að fara í. Mundu bara að hafa gaman á leiðinni.

Er hægt að auka frammistöðu í íþróttum með dáleiðslu?

Já, og það eru til margar frásagnir frá sumum af hæfileikaríkustu íþróttamönnum heims sem hafa notað dáleiðslu til að bæta árangur sinn í viðkomandi íþróttum.

Tiger Woods er gott dæmi um íþróttamann sem notaði dáleiðslu til að auka árangur sinn í golfi. Hann notar dáleiðslu til að einbeita sér í golfi og einnig til að leggja á minnið bestu höggin sín í golfinu.

Michael Jordan notaði dáleiðslu í æfingum sínum og venjum fyrir leik til að auka einbeitingu og andlegt þol.

Shaquille O´Neal og Kobe Bryant notuðu einnig dáleiðslu fyrir sín markmið, orku og körfuboltahæfileika.

Steve Hooker frá Ástralíu vann gullverðlaun 2008 í stangarstökki eftir að dáleiðarinn hans hjálpaði honum að sjá fyrir sér velgengnina.

Christina Clemons (100 metra grindahlaup) fór til dáleiðara og fékk aðstoð til að vinna verðskuldað sæti í bandaríska liðinu fyrir Ólympíuleikana 2016. Á Ólympíuleikunum náði hún sínu sæti í þriggja manna hópnum og náði einnig sínum besta tíma.

Hér eru aðeins nokkrir íþróttamenn nefndir.

Þú getur í raun farið í leitarvélarnar á netinu og leitað að stjörnum sem hafa notað dáleiðslu til að bæta árangur.

Ef þú getur ímyndað þér árangurinn á þann hátt að þú upplifir eins og að þú sért þá og þegar búinn að ná markmiðinu þínu, bæði í tilfinningu og framtíðarsýn í huganum, þá er það sjálfsdáleiðslan sem er að skila þér niðurstöðunni. Ef þú velur að fara til lærðs dáleiðara til að fá hjálp, þá er dáleiðarinn aðeins að nota þín orð og þína lýsingu á því hvernig þú vilt að hlutirnir séu, til að hjálpa þér að ná markmiðum þínum. Að lokum ert það alltaf þú sem vinnur verkið. Ekki dáleiðarinn, ekki einhver annar, bara þú!

Draugar fortíðar og endurteknar hugsanir

Já, með dáleiðslu er hægt að vinna með fortíðardrauga og endurteknar minningar. Í dáleiðslu færðu að sjá hvers vegna þessir fortíðardraugar eða minningabrot koma ítrekað upp. Næst verður þér kennt hvernig þú getur losað þig við þær tilfinningar sem fylgja því að endurupplifa hugsanir eða minningar eða draugum úr fortíðinni. Hér er ekki hægt að segja að það sé ein aðferð sem hægt er að nota þar sem hver einstaklingur er einstakur út af fyrir sig og ástæðan að baki er mismunandi fyrir hvern og einn.

Ef þessar endurteknu hugsanir eða minningar eru vegna áfalla er hægt að finna margar lausnir allt frá venjulegri dáleiðslu til sértækra dáleiðslu aðferða. Það er til dáleiðsluaðferð sem kallast EMDR (e. Eye Movement Desensitization and Reprocessing) og það er áfallatengd dáleiðsla sem venjulega er gerð af sálfræðingum eða geðhjúkrunarfræðingum. Þessi aðferð flokkast undir sérstakar aðferðir og er mjög áhrifaríkt.

Að lokum, ef þessar endurteknu hugsanir eða minningar eru lærð hegðun, þá getur dáleiðsla hjálpað til við að breyta viðbrögðum þínum við áreiti þeirra.

Dáleiðsla fyrir börn með mismunandi áskoranir

Já, en það fer eftir dáleiðaranum hversu ungt barn hann er tilbúinn að vinna með. Foreldrar eru venjulega viðstaddir í þessum dáleiðslutímum. Þetta er til að tryggja að þeir geti talað við börnin sín og svarað spurningum eftir að þau fara heim.

Mín reynsla af því að vinna með börnum er sú að þau eru fljót að vinna og oft virðist sem þau séu of fljót að finna lausnir og lausnamiðuð nálgun er allsráðandi.

Algengasta dáleiðslan sem ég hef fengist við með börnum snýr að kvíða eða ótta. Það er mikilvægt að hafa í huga að það er ein hræðsla sem allir fæðast með og það er lofthræðsla. Lofthræðsla er viðbragð sem okkur er gefið og verndar okkur sem ungabörn. Það eru nokkrir hlutir sem eru okkur bara eðlislegir og eiga að tryggja að við meiðum okkur ekki.

Fyrir börn á aldrinum 7-12 ára er mælt með því að foreldri eða forráðamaður sé viðstaddur dáleiðslutímann, þeim til halds og trausts. Ef barnið er kominn á unglingsaldur er eðlilegt að unglingurinn geti valið hvort foreldri eða forráðamaður sé inni eða ekki.

Mín reynsla að vinnu með börnum er að vandamálið sem krefst dáleiðslumeðferðar hefur yfirleitt að gera með hræðslu eða kvíða. Til dæmis er vitað að þegar stúlkur ná ákveðnum aldri verða þær gagnrýnni á sjálfa sig. Þeir fara að efast um eigin getu. Ég hef haft nokkrar stelpur hjá mér sem hafa verið lengi í fimleikum en þegar þær urðu 11 ára urðu þær allt í einu hræddar við hin ýmsu stökk sem áður höfðu engin áhrif á þær. Þær hættu að þora að gera ákveðnar æfingar sem áður voru auðveldar fyrir þær.

Oftast er allt sem þær þurfa er að finna sitt innra öryggi og prufa að gera þessar æfingar í huganum og sjá hversu vel þær geta gert þessar æfingar. Það er alltaf jafn ótrúlegt að sjá hvernig þessar framtíðarstjörnur fimleikanna ná tökum aftur eftir aðeins 1-2 dáleiðslutíma.

Foreldrar geta líka lært þessa dáleiðslutækni, einmitt til að hjálpa börnum sínum að missa ekki trúna á eigin getu og til að hjálpa þeim að búa til sínar eigin leiðbeiningar um árangur.

Getur dáleiðsla hjálpað manni eftir kulnun?

Já, ég get staðfest það persónulega.

Til þess þarftu að kanna og læra með hjálp undirmeðvitundarinnar hvað það var sem olli því að þú brennur út í fyrsta lagi.

Lykillinn hér er að læra að draga úr streitu og hlusta á innsæið.

Þegar um kulnunarástandi er að ræða, verður hugurinn þreyttur vegna þess að hann getur ekki skipulagt hugsanir þínar. Það að sækja upplýsingarnar í skjalasafnið/undirmeðvitundina gengur ekki vel og það er sama hvaða leið hún fer, hún getur ekki skipulagt þessar upplýsingar vegna þess að þær eru yfirþyrmandi margar. Einstaklingur í þessu hugarástandi upplifir heilaþoku og allt tekur miklu lengri tíma en áður.

Í dáleiðslunni skoðar þú hvað er hægt að gera til að hjálpa undirmeðvitundinni að jafna sig og verða eins og áður en streitan tók yfirhöndina. Þetta er eitthvað sem krefst þolinmæði og sjálfumhyggju og daglegrar hollustu. Þegar þú ferð í sjálfsdáleiðslu, hrósaðu undirmeðvitundinni þinni fyrir að vinna svona gott starf í formi sjálfsheilunar og að hjálpa þér í að öðlast styrk aftur.

Ef þetta er sett upp sem sagan af litla hlauparanum í undirmeðvitundinni okkar, þá erum við lausnamiðuð inn í kjarnann. Litli - hlauparinn er alltaf að koma með lausnir á hinum ýmsu verkefnum fyrir okkur en þegar stressið verður of mikið er eins og það sé of mikið álag á þennan litla hlaupara. Litli hlauparinn endar með því að gefast upp vegna þess að allar lausnir sem hann kemur með virka ekki og það eykur á streituna enn frekar. Hann gæti hafa verið að hlaupa í margar vikur áður en hann sest niður og segir: "Hey, ég er að gefast upp. Sama hvaða lausnir ég finn, þú notar þær ekki. Ég verð að draga mig í hlé." Eða hann sest alveg niðurbeygður og neitar að vinna í nokkra daga. Hér ert það þú sem ert skilinn eftir í stólnum og verður að hlusta á litla-hlauparann þinn og gefa honum leyfi til að hlaða sig og byrja hægt og rólega að þjálfa þolið upp aftur til að koma þeim upplýsingum úr upplýsingabankanum til þín sem þú ert með innra með þér.

Í mínu tilfelli, þegar ég fór inn á griðastaðinn í huganum, var algjör óreiða. Ég fór að laga til og þrífa eitt svæði í einu. Ég fór til að laga til og breyta því sem ég vildi breyta og til að bæta hamingjuna innra með mér.

Þú ættir að geta farið til dáleiðara og beðið hann/hana að hjálpa þér að fá skýra mynd af þínum griðastað og leyfa þér síðan að gera þennan stað að því himnaríki eða sælustað í huga þínum þar sem þú ert full(ur) af orku og gleði. Griðastaðurinn ætti að einkennast af ró, yfirvegun og jafnvægi og svo mun allt annað í undirmeðvitundinni fylgja á eftir.

Gefðu þér tíma til að fara inn á griðastaðinn/listagarðinn þinn að minnsta kosti nokkrum sinnum í viku (2-3 sinnum) til að endurhlaða orku þína, gleðina og vellíðanina. Ég, til dæmis, vel að fara á minn griðastað annan hvern dag í gegnum sjálfsdáleiðslu bara til að ganga úr skugga um að allt sé í lagi og til að þakka undirmeðvitundinni fyrir alla þá vinnu sem undirmeðvitundin mín er að vinna fyrir mig til að ná fullri starfsgetu aftur. Og þetta virkar.

3. kafli

Hvernig á að vera faglegur dáleiðari?

Í þessum kafla lærir þú hvernig þú undirbýrð þig fyrir dáleiðslutímann. Þú munt læra um forviðtalið og nauðsynlegu skrefin til að undirbúa þig fyrir dáleiðslumeðferð með skjólstæðingi. Þú munt læra hvernig á að útskýra dáleiðslumeðferðirnar fyrir skjólstæðingi og hvernig á að bera kennsl á dáleiðslueinkennin.

Hvernig á að taka á móti viðskiptavinum

Ef þú ætlar að fara vinna við dáleiðslu þá þarftu að hafa í huga að fyrstu kynni eru mikilvægust. Það tekur að meðaltali um það bil 10 sekúndur fyrir einstakling til að gera upp hug sinn varðandi þig, og til að ákveða hvort þér sé treystandi eða ekki. Svo vertu tilbúinn fyrir hvern tíma með viðskiptavinum þínum. Haltu umhverfi þínu hreinu og vertu viðeigandi klædd(ur). Ekki setja á þig þungan rakspýra eða ilmvatn þar sem það getur verið fráhrindandi fyrir fólk sem er að koma á skrifstofuna þína í meðferð.

Forviðtal

Í upphafi hvers tíma í dáleiðslu tekur þú niður minnispunkta frá skjólstæðingi þínum. Þú skráir vonir, væntingar og markmið viðskiptavinarins og finnur leiðir til að koma með lausnir á því sem truflar hann/hana. Það eru nokkur atriði sem þú þarft að vita um viðskiptavininn áður en þú byrjar að dáleiða.

Þú þarft að vita nafn viðskiptavinarins og gælunafn ef það á við, þú þarft að vita hvað hann eða hún vill að þú kallir sig á meðan á dáleiðslunni stendur. Þú þarft að vita hvort markmiðið sé eitthvað sem viðkomandi hafa hugsað um til lengri eða skemmri tíma. Ástæða þess að þetta er mikilvægt er til að vita hversu tilbúin viðskiptavinurinn er til að breyta. Ef viðskiptavinurinn hefur aðeins hugsað um markmiðið í skamman tíma þarftu oft aðra nálgun en þegar viðskiptavinurinn hefur hugsað um markmiðið í langan tíma.

Markmið geta verið af mörgum gerðum. Mundu að í forviðtalinu ertu að leita að leiðum sem hentar viðskiptavini þínum best.

Forviðtalið er líka tími til að kynnast viðskiptavini þínum og til að viðskiptavinurinn fái að kynnist þér.

Eftir forviðtalið ættir þú að vita nóg um markmiðið sem viðskiptavinur þinn hefur sagt þér til að hefja dáleiðsluna án vandkvæða í að ná settu marki sem markmiðið með tímanum er.

Þú ert eins og leiðsögumaður í þessari ferð; þú notar orð skjólstæðings þíns, ekki þína skilgreiningu, ástæðan er að þetta er eitthvað sem hann eða hún hefur þegar ímyndað sér og marinerað í sínum huga. Það skiptir ekki máli hversu mikið þú heldur að þú vitir um markmiðið þeirra eða hvernig þú sérð lýsingu þeirra á markmiðinu, þú getur aldrei séð heildarmyndina.

Svo, mundu að nota þeirra orðalag vegna þess að þau þekkja það svo vel.

Hvað er forviðtal?

Forviðtal er fyrsta stigið, þar sem þú kynnist viðskiptavini þínum. Forviðtalið er einnig mikilvægt fyrir viðskiptavini þína þar sem þeir kynnast röddinni þinni og geta talað um markmið sín og drauma.

Oft, fyrir marga, gæti þetta verið í fyrsta skipti sem þeir segja frá vonum, væntingum og markmiðum sínum upphátt.

Ég hrósa skjóstæðingum mínum venjulega fyrir að taka þessa mikilvægu ákvörðun, þar sem hún er fyrsta skrefið í að elta draumana og að fá markmið til að rætast. Ég fær alltaf bros til baka.

Þú byrjar þennan tíma á að sannfæra skjólstæðing þinn um að þeir geti breytt hlutunum sem þeir vilja breyta vegna þess að hann/hún er svo miklu öflugri en hann/hún geti ímyndað sér.

Í forviðtalinu ferðu líka yfir hvers þau geta vænst í dáleiðslunni. Talaðu um hvernig þeim gæti liðið og svo framvegis. Láttu þau skilja að fólki líður öðruvísi í dáleiðslu. Sumir upplifa að líkaminn verði þungur, og aðrir segja að þeir upplifi að líkaminn verði léttur, eða að þau geta upplifað að þeim sé kald eða heitt. Það sé persónubundið hvernig fólk upplifir dáleiðsluna.

Áður en þú byrjar að dáleiða getur þú boðið skjólstæðingi teppi, þannig að ef þau upplifa að þeim sé kalt þá truflar það ekki neitt þar sem þau eru með teppi til að halda á sér hita.

Lykilspurningarnar sem þú þarft að leita svara við í forviðtalinu eru:

- Hvert er markmið þeirra?
- Hverju vilja þeir breyta hjá sjálfum sér?
- Hafa þeir verið dáleiddir áður og ef svo er, hvernig var sú reynsla?
- Hvernig viðkomandi vill vera ávarpaður á meðan á dáleiðslunni stendur? Gælunafn, fornafn eða ættarnafn. Það er ekki þitt að ákveða.
- Ef þeir hafa einhverjar spurningar til þín áður en dáleiðslan hefst?

Vertu tilbúinn og undirbúinn

Hvað á ég við með að vera tilbúinn? Það sem ég er einfaldlega að segja er að þú ættir að hafa allt tilbúið og við höndina þegar þú tekur á móti skjólstæðingi og að hann eða hún hafi alla þína athygli þegar þau koma.

Til dæmis, ef þú þarft að ná í vatn, ættir þú að ná í það áður en bókaður tími byrjar.

Þú ættir að vita nafnið á þeim sem á pantað tíma á skrifstofunni þinni, hafa hurðina á skrifstofunni opna og vera tilbúinn að taka á móti skjólstæðingnum þínum.

Einnig ættir þú að hafa penna og skrifblokk við höndina, svo þú þurfir ekki að byrja að leita að penna eða pappír eftir að skjólstæðingurinn er komin inn á skrifstofuna þína. Tími viðskiptavinarins er dýrmætur.

Vertu tilbúinn og undirbúinn áður en skjólstæðingurinn kemur inn.

Hvernig á að útskýra dáleiðslu fyrir skjólstæðingi

Þú ættir að útskýra dáleiðslu fyrir skjólstæðingi á auðskiljanlegan hátt án þess að tala niður til hans/hennar.

Ég útskýri dáleiðsluna fyrir mínum skjólstæðingum á þennan hátt.

Dáleiðsla er nátturulegt ástand sem við förum í marg oft á dag án þess kannski að kalla það endilega dáleiðslu. Dáleiðsla er í raun mjög djúp slökun og í þessari djúpu slökun getum við farið og lagað til í undirmeðvitundinni, hvort sem það er til að breyta einhverjum vana sem við erum að glíma við eða til að leysa úr læðingi einhvern innri kraft sem við viljum ná í innra með okkur. Dáleiðsla er í raun lykillinn að minningarbankanum okkar og sumt er okkur aðgengilegt og annað ekki og það er undirmeðvitundin okkar sem stjórnar því.

Kveikja upp væntingar

Þegar þú kveikir á væntingum geturðu sýnt skjólstæðingi hvernig hugurinn virkar i raun og veru. Segðu þeim í forviðtalinu, fyrir dáleiðsluna, að undirmeðvitundin sé 90% af huganum okkar og meðvitaði hugurinn sé 10% og á milli þessara hluta liggur hinn gagnrýni hugur . Þú getur notað myndina okkar til útskýringar. Þegar myndir eru notaðar til að útskýra þetta er auðveldara fyrir skjólstæðinginn að fá myndina upp í hugann. Þú getur líka sagt þeim að í dáleiðslunni sé allt auðveldara vegna þess að þeir eru að vinna með 90% + 10% og gagnrýni hugurinn er í pásu.

Hvernig á að þekkja dáleiðslueinkennin

Áður en þú ferð að hjálpa öðrum í dáleiðslu, þá þarftu að þekkja hvernig á að lesa í einkenni og merki þess að dáleiðslu hafi verið náð.

Þetta eru þættir sem líkaminn sýnir og þú þarft að hafa þína athygli á þessum einkennum þegar þú dáleiðir aðra.

Augnflökkt

Þegar þú dáleiðir einhvern sérðu að augnhárin byrja að hreyfast. Þetta eru ósjálfráð viðbrögð og eru oft fyrstu merki þess að viðkomandi sé farinn að slaka á.

Þú getur líka séð að augun á bak við augnlokin eru á fullu eins og þau sjái myndir af öllum tillögunum sem þú ert að koma með og eru að meta hvort eigi að hleypa þessum tillögum inn í undirmeðvitundina. Þetta er eðlilegt og hægir oft á sér eftir að dáleiðslan verður dýpri. Ef þú sérð þetta á meðan viðkomandi er kominn djúpt í dáleiðslu, ekki vera hissa. Það gæti verið einhver lykil úrvinnsla í gangi til að hjálpa viðskiptavinum þínum að láta drauma sína rætast.

Bleik augu, hvítan í augunum verður bleik

Ef þú biður dáleiddan einstakling um að opna augun í upphafi dáleiðslunnar, þá myndir þú sjá að hvítan í augunum er aðeins bleik (rauðeygður). Þú getur líka séð þetta á sjálfum þér. Nokkrum mínútum eftir að þú vaknaðir á morgnana gætirðu líka tekið eftir því að hvítan í augun er svolítið bleik.

Þetta er eðlilegt ástand þegar við komum út úr því slökunar ástandi sem dáleiðsla er.

Þetta er betur útskýrt í kaflanum um innleiðingar og dýpkanir. Hér erum við aðeins að skoða hver þessi einkenni eru svo að þú hafir þekkingu á þeim.

Aukin táramyndun

Aukin táramyndun er annað merki um að dáleiðsla hafi átt sér stað. Það er að tármyndun er meiri en tilefni gefur til kynna. Hér er ekki verið að tala um tár eins og þegar einhver grætur. Heldur að tár geta runnið úr augum þegar viðkomandi opnar augun strax að dáleiðslu lokinni.

Oft þegar fólk byrjar að slaka á í kringum augun og augun byrja að flökkta ítrekað opnast tárakirtlarnir svolítið.

Meirihluti þeirra sem fara í dáleiðslu finna fyrir aukinni táraframleiðslu þegar þau opna þau og eru að koma til baka úr dáleiðslu, en þau eru samt ekki að gráta.

Sumir telja að aukin táramyndun sé leið undirmeðvitundarinnar til að hreinsa sig af því sem er gamalt og ekki lengur árangursríkt. Það er alveg eins og að standa í vindinum og þetta er MJÖG eðlilegt í dáleiðslu.

Líkamshitinn

Í dáleiðslu upplifa margir lítilsháttta hækkun á líkamshita.
Ástæðan fyrir þessu er að spennan í líkamanum minnkar og blóðflæði eykst. Það veldur því að líkamshitinn hækkar lítillega. Hækkun líkamshita er ekki eins og að vera með veikinda hita heldur er það eins og að vera umvafinn hlýju mjúku teppi.

Fölar varir

Þó að þetta sé ekki almennt viðurkennt merki eða einkenni þess að vera í dáleiðsluástandi, ætti samt að hafa það í huga. Það felur í sér að varirnar verða með fölan lit. Það fellur undir sjaldgæf merki, öfugt við önnur einkenni sem við höfum rætt áður.

Öndun verður hægari og rólegri

Þegar í dáleiðsluástandi þá verður öndun hægari og rólegri en ella. Ástæðan fyrir þessu er slökunar ástandið sem líkamann er í. Það er svipað og þessi ró sem kemur yfir líkamann í svefninum þegar maður sefur á nóttunni. Eini munurinn er sá að þetta rólega og afslappaða ástand líkamans er framkallað með leiðbeiningum dáleiðarans og skjólstæðingurinn fer eftir gefnum leiðbeiningum og leyfir sér að fara í þetta notalega róandi ástand.

Minni þörf á að kyngja eins og munnvatni

Önnur leið til að vita hvort viðkomandi sé í dáleiðsluástandi er með því að fylgjast með því hversu oft hann/hún kyngir. Þegar þú ert í dáleiðslu ástandi finnur þú fyrir minni þörf til að kyngja en þegar þú ert í eðlilegu ástandi eða að fullu vakandi.

Líkaminn er alveg slakur

Auðvelt er að bera kennsl á slaka manneskju. Þú sérð það á öllum líkamanum sem er í algjörri slökun. Þú getur séð það á andlitinu. Kjálkarnir eru farnir að slaka á, axlirnar eru ekki spenntar og ná ekki upp að eyrnasneplum eins og ef mikil spenna er í öxlum, þær eru slakar og öll merki um slökun sjást. Viðkomandi er alveg kyrr og líður vel.

Þegar þú tekur eftir því að skjólstæðingurinn er fullkomlega slakur þá hefur dáleiðsla átt sér stað.

4. kafli

Innleiðingar og frumkvöðlar

Í þessum kafla munt þú læra um dáleiðslutækni sem kallast innleiðing. Þú munt einnig læra um mismunandi tegundir innleiðinga. Og þar sem þú gætir þurft að koma við skjólstæðing þinn á þessu stigi muntu læra mikilvægi þess að biðja um leyfi áður en þú snertir skjólstæðinginn. Einnig verður fjallað um nokkra merka dáleiðara, fólk sem hefur sett mark sitt á svið dáleiðslumeðferða. Síðan að lokum muntu læra dáleiðsluformúluna: V.Í.S.T. (e. B.I.C.E) Væntingar, ímyndun, sannfæring, trú.

Innleiðing

Innleiðing er mjög mikilvægur hluti dáleiðslunnar. Það er ferlið við að gefa skjólstæðingi röð tillagna til að fylgja, sem veldur því að skjólstæðingurinn fer í dáleiðsluástand. Eins og þú veist nú þegar hjálpar dáleiðslan til við að auka einbeitingu og athygli. Í dáleiðslunni vinnur þú með undirmeðvitundina að því að breyta hlutum sem þú vilt breyta.

Innleiðingin skerpir heyrn og einbeitingu skjólstæðings, þannig að megináhersla skjólstæðingsins er á tillögum dáleiðarans. Skjólstæðingurinn hættir jafnvel að taka eftir öðrum umhverfishljóðum þannig að ekkert truflar hann/hana meðan á dáleiðslu stendur.

Lykillinn að allri dáleiðslu er að skjólstæðingurinn sé tilbúinn að láta dáleiða sig. Best er að framkvæma innleiðinguna í rólegu, þægilegu umhverfi, sitjandi eða liggjandi. Innleiðing er tæknin sem gerir það kleift að dáleiðsluástandi er náð.

Það eru margar mismunandi dáleiðslu aðferðir sem þú getur tileinkað þér. Þú getur farið í dáleiðslu oft á dag

- Þegar þú ferð að sofa
- Þegar þú vaknar
- Dagdraumar
- Horfa á sjónvarp
- Að hlusta á tónlist
- Að lesa bók
- Einbeita þér að verkefnum
- Að stunda íþrótta
- Hlusta á fyrirlestur
- Dansa
- Flutningur tónlistar
- Mála eða teikna osfrv.

Alltaf þegar hugurinn er görsamlega inní því verkefni sem þú ert að sinna og að þú sért í algjöru flæði, þú ert ekki að spá í stund og stað eða tíma þá er sagt að hugurinn sé í dáleiðsluástandi.

Það eru sex mismunandi gerðir af innleiðingum. Hver tegund innleiðingar er einstök á sinn hátt. Ef þú þekkir þær allar eða að minnsta kosti tvær þeirra geturðu byrjað að dáleiða sjálfan þig og nána vini. Hins vegar gerir þetta þig ekki að dáleiðara strax. Ef þú ætlar þér að gera þetta sem dáleiðari að atvinnu þarftu að fá þjálfun umfram það að hjálpa fólki í dáleiðsluástand og hjálpa því aftur til vökuástands.

Hér eru sex tegundir Innleiðinga, þar sem allar aðrar tegundir falla undir einhverja þessara.

Framsækin slökun (e. Progressive relaxation)

Framsækin slökun er ein algengasta innleiðingin sem notuð er í dáleiðslunni. Það gerist þegar skjólstæðingurinn er leiddur í djúpa slökun þar sem hann slakar á öllum vöðvum líkamans og finnur sína innri slökun. Þetta er bæði þægileg og nærandi tilfinning.

Þú getur notað þessa aðferð sjálf(ur) þegar þú vilt ná fullri slökun á líkamann.

Framsækin slökun hjálpar þér að létta spennu á líkamanum. Þú þarft bara að vera meðvitaður/meðvituð um spennuna í ýmsum vöðvahópum og slaka svo á einum vöðvahóp í einu þar til þú ert með alla vöðva líkamans algjörlega slaka. Í þessari tegund af innleiðingu geturðu notað ímyndunaraflið til að sjá spennuna hverfa. Þú getur byrjað frá höfði og niður í tær eða frá tám í átt að höfðinu. En við byrjum venjulega á hausnum og slökum á í átt að tánum.

Stara á punkt (e. Eye fixation)

Þessi aðferð er nokkuð vinsæl í Hollywood kvikmyndum. Í þessu tilviki ertu beðinn um að stara á stað, spíral eða vasaúr. Og á meðan þú starir ferðu í djúpan trans. Margir dáleiðarar nota einhvern hluta þessarar aðferðar, eins og að biðja skjólstæðinga sína um að láta sér líða vel í stólnum, og þegar þeir eru tilbúnir til að láta dáleiða sig biður dáleiðandinn þá um að stara á einhvern stað á veggnum eða einhvern hlut í herberginu og síðan byrjar innleiðingin.

Dæmi:

Ég bið skjólstæðinga mína um að finna stað sem er þægilegt fyrir þá að horfa á og þegar því er lokið spyr ég þá hvort þeir séu tilbúnir til að láta dáleiða sig. Þegar ég fæ já sem svar held ég áfram. Ég bið skjólstæðing minn að draga djúpt inn andann og þegar þau anda frá sér bið ég þau að loka augunum. Og þá byrja ég mína framsæknu slökun.

Ég nota þessa tækni vegna þess að ég held að hún hjálpi skjólstæðingum mínum að skipta frá forviðtalinu yfir í að fara í dáleiðslu.

Hugar ruglingur (e. Mental confusion)

Í þessari tegund af innleiðingu leitumst við til að rugla meðvitaða hugann og gagnrýna hugann svo mikið að báðir hlutar gefast einfaldlega upp á að reyna að halda utan um það sem sagt er eða finna rökfræðina í tillögunum. Maðurinn fer í dáleiðsluástand.

Þessi aðferð felur í sér að biðja skjólstæðinginn um að fylgja nokkrum leiðbeiningum. Til dæmis geturðu sagt þeim að hafa augun lokuð þegar þú segir slétta tölu, opna þegar þú segir oddatölu og öfugt.

Það sem þú ert að skoða hér er liturinn á hvítu augnanna eða aukin táramyndun í augum. Ef hvítan í augunum fer að verða bleik eða þau verða rakari vegna aukinnar táramyndunar þá er dáleiðsla hafin.

Það eru nokkrar aðferðir í þessari nálgun, þó þær séu mjög svipaðar.

Aðferð 1

Þú telur upphátt afturábak frá 100.

Hér segir þú Skjólstæðingi að í hvert sinn sem þú nefnir slétta tölu eigi augun að vera lokuð en ef þú nefnir oddatölu eiga augun að vera opin.

Þú byrjar á númerinu 100, augun lokuð, leyfir þér að draga djúpt inn andann, 99 augun opna, draga djúpt inn andann aftur, 98 augun lokuð, 97 augun opin, 96 augun lokuð og þú gætir átt erfiðara og erfiðara með að finna hvort augun eiga að vera opin eða lokuð, lokuð eða opin ...

Handrit þessarar aðferðar má finna í handritahlutanum.

Í þessari aðferð, þegar sá sem er dáleiddur hættir að opna eða loka augunum, myndirðu samt halda áfram en gætir sleppt mörgum tölum, passaðu bara að vera á sléttum tölum þegar þú sleppir tölum þar sem sléttar tölur þýða lokuð augu.

Þegar þessu er lokið geturðu farið í dýpkun ef þú telur þess þörf.

Oft, eftir að hafa farið í gegnum þessa aðferð, spyr ég hvort skjólstæðingurinn vilji fara dýpra í slökun/dáleiðslu. Ef ég fæ nei sem svar, þá byrja ég að vinna hér. En ef svarið er já, þá fer ég í dýpkun.

Aðferð 2

Viðskiptavinurinn telur upphátt aftur á bak frá 100.

Hér biður þú skjólstæðinginn að telja afturábak, upphátt, frá 100, og fyrir hverja tölu sem hann nefnir slakar hann/hún meira og meira á.

Fyrir þessa aðferð kemurðu með tillögu um að með hverri tölu sem þú telur farir þú dýpra og dýpra í dáleiðslu.

Þegar þú telur aftur á bak frá 100, ímyndaðu þér að þú getir séð og heyrt tölurnar. Með hverri tölu sem þú telur ferðu lengra og lengra í burtu þar til þú sérð ekki tölur lengur, hættu þá að telja.

Þegar viðskiptavinurinn hættir að telja, farðu þá næst í dýpkun.

Huglæg afvegaleiðing (e. Mental misdirection)

Þessi aðferð felur í sér að nota ímyndunarafl skjólstæðingsins til að fá hann til að bregðast líkamlega við þeim tillögum sem þú kemur með. Hér situr skjólstæðingurinn í stól. Þú getur notað tillöguprófin og þegar þú færð svar byrjarðu strax að dýpka. Þessi nálgun krefst þess að þú hafir öðlast góða hæfni til að þekkja, sjá og lesa einkenni dáleiðslunnar (bleik augu, aukin táramyndun, hægari öndun o.s.frv.).

Þú getur komið með tillögur eins og... augnlokin þín byrja að þyngjast og þyngjast og augnlokin verða svo þung að þú getur ekki opnað þau. Og þegar þú ert viss um að augnlokin séu svo þung að þú getir ekki opnað þau, geturðu reynt að opna **ekki** augun ... reyndu núna ...

Hér horfir þú á manneskjuna lyfta augabrúnum en ekki opna augun. Þegar skjólstæðingurinn gerir þetta, notarðu tækifærið til að hrósa honum fyrir að reyna, segir honum/henni síðan að hætta að reyna og sleppa því bara og leyfa sér að renna inn í dáleiðandi ástand. Eftir þetta ættir þú að byrja að dýpka.

Það er líka aðferð sem Roy Hunter kenndi okkur vatnsfötuna og helíumblöðrurnar. Hér biðjum við skjólstæðinginn að hafa hendurnar beint fyrir framan sig með lófana upp í loftið, við biðjum viðkomandi að ímynda sér að í annarri hendinni sé vatnsfata á meðan einhver bindur nokkra tugi helíumblaðra (ímyndað) við hina höndina. Þú biður manneskjuna að ímynda sér að þú sért að hella vatni í fötuna og á sama tíma byrja blöðrurnar að toga hina höndina uppá við og þú heldur áfram að hella meira og meira vatni í fötuna. Hér gætir þú farið að sjá að önnur höndin er hærri en hin og höndin sem heldur á ímynduðu fötunni er farin að síga. Þú getur komið með næstu uppástungu að þegar einstaklingurinn finnur að hann getur ekki lengur haldið á þessari ÞUNGU vatnsfötu, þá getur hann einfaldlega sleppt henni og leyft sér að slaka á og fara inn í djúpt dáleiðsluástand þegar hendi hans snerta kjöltuna og leyfa báðum höndum að liggja þægilega á arminum á stólnum.

Ef þú heldur að þetta gangi of hægt fyrir sig geturðu gefið tillögur um að þú hafir misst stein í fötuna. Þetta virkar venjulega.

Þegar viðkomandi missir stjórn á fötunni vegna þyngdar getur hann/hún bara leyft sér að slaka á og þú byrjar að dýpka dáleiðsluna.

En þegar þú byrjar að dýpka, gefðu þá tillögu að hendur viðskiptavinar þíns séu nú lausar við þyngd fötunnar eða léttleika helíumblaðranna til að hjálpa viðkomandi að slaka enn meira á.

Rugga og vagga (e. Loss of equilibrium)

Þessi aðferð er svipuð og móðir sem ruggar barninu sínu í svefn. Það er talið sjálfssefjandi og það hjálpar til við að róa taugakerfið. Þegar dáleiðari notar þessa aðferð ruggar hann skjólstæðingnum fram og til baka. Skjólstæðingurinn mun sitja á stól og þegar dáleiðarinn ruggar honum hefur dáleiðarinn höndina á öxl skjólstæðings. Þegar dáleiðarinn finnur að það er ekki lengur nein fyrirstaða og að skjólstæðingurinn sé farinn að leyfa dáleiðaranum að rugga sér, þá hættir dáleiðarinn að rugga og segir skjólstæðingnum að loka augunum og slaka enn meira á. Þessu fylgir dýpkunartækni sem notuð er til að dýpka ástand dáleiðslunnar enn frekar.

Ég hef tekið eftir því að þegar ég nota þessa aðferð til að dáleiða einhvern, þá hef ég stundum tilhneigingu til að rugga sjálfri mér fram og til baka líka, en án þess að verða dáleidd sjálf.

Bregða taugakerfinu (e. Shock to the nervous system)

Þetta er hröð innleiðing. Þessi aðferð felur í sér að blekkja eða bregða skjólstæðinginn þannig að hann getur ekki gert neitt annað en að fylgja tillögum þínum inn í dáleiðsluástand.

Leiðbeinandi okkar Roy Hunter, mjög virtur dáleiðslukennari, er ekki mjög hrifinn af þessari aðferð. Samkvæmt honum mun þessi aðferð vera mjög hættuleg fyrir skjólstæðinga sem eru með t.d. axlar- eða hálsvandamál.

Það eru nokkrar útfærslur af þessari aðferð og ein þeirra er að skjólstæðingur ýtir með lófanum á lófa dáleiðarans á meðan dáleiðarinn gefur tillögur um að því meira sem skjólstæðingurinn ýtir, því slakari verður skjólstæðingurinn. Þá dregur dáleiðandinn höndina snöggt að sér og hrópar hátt: „Djúpur svefn!"

Að mínu mati er þetta svolítið sýndarmennska. En við höfum ekki mikla reynslu af þessari aðferð. Þar sem við myndum ekki vilja fara í dáleiðslu sjálfar með þessari aðferð, þess vegna veljum við ekki þessa aðferð heldur fyrir viðskiptavini okkar.

Snerting í dáleiðslu - Ekki gleyma að fá leyfi áður en þú snertir!

Ef þú ætlar að nota snertingu í dáleiðslu þarftu að fá leyfi áður en þú byrjar að dáleiða skjólstæðinginn og útskýra vandlega hvað þú átt við með snertingu. Í dáleiðslu gætirðu viljað snerta öxl á skjólstæðingi eða framhandlegg. Og þú ættir að sýna það á sjálfum þér. Þú getur leitað leyfis til snertinga með því að spyrja spurninga eins og „Er í lagi að ég snerti öxlina á þér í tímanum?" (sýna á öxlinni á þér), eða „Er í lagi að snerta úlnliðinn eða framhandlegginn?" osfrv.

Ef þú gleymdir að fá leyfi, vinsamlegast ekki nota snertingu.

Þú hefur þekkt skjólstæðing þinn í mjög stuttan tíma og þú veist ekki hvort hann/hún myndi samþykkja beiðni þína. Svo þú verður að spyrja fyrirfram.

Þekktir frumkvöðlar í dáleiðsluheiminum

Það eru svo margir sem hafa æft og stundað dáleiðslumeðferðir í heiminum. En það eru áberandi fáir sem hafa sett mark sitt á starfsvettvanginn. Þetta eru dáleiðslukennarar og þjálfarar sem við höfum lært af bæði á grunn- og framhalds-námskeiðum okkar. Sumar meðferðirnar sem notaðar eru í dag eru byggðar á arfleifðinni sem þeir skildu eftir sig, meðferðir sem aðrir dáleiðarar nota í verkum sínum.

Að vita eitthvað um þá sem ruddu brautina og gerðu dáleiðsluna að því sem hún er í dag er eitthvað sem okkur finnst eiga skilið sinn sess í bókinni okkar. Við erum að nefna þá sem hafa kannski haft mestu áhrifin á okkar nálgun og sumir þessara manna hafa verið kennarar okkar eins og Roy Hunter, Dr. Edwin Yager og John Sellars, ásamt syni Dave Elman - Larry Elman.

Dave Elman

Dave Elman fæddist í Norður-Dakóta 1900 - 1967

Árið 1908 missti hann föður sinn og á þeim tíma var móðir hans ólétt og átti 6 ung börn. Sem unglingur vann Elman til þess að framfleyta sér og fjölskyldu sinni. Hann spilaði bæði á saxófón og fiðlu mjög vel og notaði hæfileika sína til að skemmta og flytja tónlist og gamanmál. Síðar fór hann að vinna í fjölleikahúsum með fjölbreyttri skemmtun. Hér byrjaði Elman að dáleiða. Hann auglýsti sig sem „yngsta og fljótasta dáleiðara í heimi".

Hann kom fram í útvarpsþætti NBC 1927-1948 sem hétu HOBBY LOBBY. Venjulegt fólk talaði um áhugamál sín í mjög vinsælum þáttum.

Árið 1949 byrjaði Elman að kenna læknum og tannlæknum dáleiðslu.

Frá 1949 - 1962 ferðaðist hann um alla Ameríku og kenndi dáleiðslu á námskeiðum sem hann kallaði "Læknandi slökun". Hann gaf út Medical Relaxation í hljóðupptöku hjá Audio records.

Árið 1963, eftir langvarandi veikindi, ákvað hann að skrifa um uppgötvanir sínar í dáleiðslunni. Hann las upp efni bókarinnar fyrir konu sína Pauline, sem sem betur fer var mjög fær í hraðritun. Sonur hans, Robert Elman, var góður rithöfundur og bókin var gefin út af ritstjórn árið 1964.

Elman er þekktastur fyrir störf sín á dáleiðslusviðinu. Hann kenndi hrað- innleiðingar og sagði að læknar hefðu ekki svigrúm til að eyða miklum tíma í innleiðingu og ef þeir þyrftu að nota dáleiðslu sem hluta af starfi sínu þyrfti það að taka stuttan tíma.

Titill bókarinnar var „Findings in Hypnosis" og hún var síðar gefin út af Nash Publishing árið 1970. Titill bókarinnar breyttist í „Explorations in Hypnosis". Síðar kom bókin út af Westwood Publishing og titillinn breyttist í "Hypnotherapy".

Larry Elman, sonur Dave Elmans, hefur tekið við kyndli föður síns og heldur nafni hans á lofti. Larry og eiginkona hans Cheryl Elman hafa verið að kenna tækni Dave Elman um allan heim, og þannig haldið verkum og anda Dave Elmans á lofti til dagsins í dag.

Dave Elman notaði aðallega hrað innleiðingar þegar hann kenndi nemendum sínum. Hann sagði að læknar og tannlæknar hefðu ekki tíma til að fara í langar innleiðingar og því vildi hann að innleiðingin tæki minna en 3 mínútur. Handritið að innleiðingu hans er að finna í 10. kafla þessarar bókar.

John Sellars

John Sellars kom til Íslands árin 2011 og 2012 til að kenna dáleiðslu. Hann kenndi okkur grunntæknina í dáleiðslu. Hann er með meistaragráðu í verkfræði og býr í Skotlandi.

Hann er frábær dáleiðslukennari - hress og fyndinn. Hann fór í gegnum alla grunnkennsluna og fór yfir alla þætti dáleiðslunnar til að undirbúa nemendur sína mjög vel. Hann kenndi hrað innleiðingu og lét okkur æfa hana ítrekað því hann telur að það sé mjög mikilvægt að geta náð innleiðingu á 3 mínútum, alveg eins og Dave Elman kenndi á sínum tíma. Hann vildi ekki að við hefðum pappíra eða handrit til að treysta á - þ.e.a.s. engin handrit. Hann lagði áherslu á að dáleiðslan væri listform - list dáleiðslunnar. Hann kenndi okkur líka spinning aðferðina. Margir dáleiðarar eru honum sammála. Hann vildi hafa hlutina einfalda og skiljanlega og kenndi okkur að segja viðskiptavininum alltaf hvað við ætluðum að gera áður en við framkvæmdum.

"Þegar ég geri þetta, þá gerist þetta."

„Þegar ég legg höndina á öxlina á þér ferðu þrisvar sinnum dýpra í dáleiðslu.

"Þegar þú leyfir þér að slaka á enn meira muntu finna friðinn innra með þér."

Umfram allt er nauðsynlegt að hafa í huga að þú ert aldrei fullmenntaður á þessu sviði. Og ef þú heldur ekki áfram að læra muntu staðna eða fara aftur á bak. Það er nauðsynlegt að auka færni sína á hverju ári með námskeiðum, lestri bóka eða myndböndum.

John lagði mikla áherslu á æfingar og nauðsyn þess að muna dáleiðsluaðferðirnar utanað.

Þetta var frábær lexía til að byrja að læra dáleiðslu. Með því að hafa hlutina einfalda og skiljanlega og segja viðskiptavininum hvað þú ætlar að gera áður en þú framkvæmir, er viðskiptavinurinn þinn meðvitaður um allt sem er að gerast. Hann sagði okkur að það sem hann væri að kenna okkur væri allur grunnurinn. Við þurfum bara að æfa okkur vel svo við getum farið að hjálpa fólki. Við hefðum lært allt sem við þurftum til að gera það.

Og það er alveg rétt. Grunnnám hans er yfirgripsmikið og innihaldsríkt. **Hann ráðlagði okkur að hafa þetta einfalt og auðskiljanlegt.**

Dr. Edwin K. Yager

Dr. Edwin Yager var prófessor í geðlækningum við UCSD School of Medicine. Hann var viðurkenndur sem ráðgjafi í dáleiðslu af American Society of Clinical Hypnosis og fyrrverandi forseti þeirra samtaka.

Yager lést árið 2019.

Yager vann ekki mikið með beinar innleiðingar. Hann vildi bara að viðskiptavinir hans slöppuðu af og hefðu fæturna á gólfinu og hendurnar í kjöltunni. Hann bað viðskiptavini sína um að nota ímyndunaraflið með því að ímynda sér að þeir gætu séð tússtöflu eða blað og bað þá að lesa upphátt það sem Centrum myndi skrifa á þessa töflu eða blað. Þegar þessi tenging var komin á og viðskiptavinurinn gat lesið skilaboðin af þessari töflu eða blaði taldi Yager að dáleiðsluástandi væri náð.

Aðferð hans er ólík öðrum dáleiðsluaðferðum sem við höfum orðið vitni að. Hann heldur því fram að það sé æðri hluti innra með okkur öllum sem getur átt í samskiptum við aðra hluta í undirmeðvitundinni okkar. Hann kallar þennan æðri hluta Centrum (eins og kjarninn þinn). Þessi hluti sem hann kallaði Centrum er eins og miðlari milli markmiðs og vandamáls og Centrum finnur leið til að hafa samskipti á milli þessara tveggja hluta sem stangast á.

Ef aðferð hans er eitthvað sem þér finnst áhugaverð, geturðu lesið og lært aðferð hans úr bók hans „Subliminal Therapy, using the mind to heal", Crown House Publishing, 2011. Þessi sama bók hefur einnig verið gefin út undir heitinu „Yagerian Therapy, using the mind to heal", árið 2018.

Hafðu samt í huga þegar þú dáleiðir einhvern eða sjálfan þig að þau þrjú mikilvægu hugtök dáleiðslu eru:

- Öll dáleiðsla er sjálfsdáleiðsla
- Dáleiðsla ætti að vera skjólstæðingsmiðuð og láta tæknina passa fyrir skjólstæðinginn en ekki öfugt.
- Það kemur ekkert í staðinn fyrir æfingu ef þú vilt öðlast sjálfstraust og hæfni í dáleiðslunni.

Dáleiðsluformúlan, V.Í.S.T - (e.B.I.C.E)

Trúin (Belief)

Ef þú trúir því að þú getir breytt einhverju eða haft áhrif geturðu byggt upp væntingar og sannfært sjálfan þig um að breytingar séu væntanlegar.

Ef þú trúir því að þú getir upplifað dáleiðslu, þá getur enginn kraftur í alheiminum stöðvað þig. Sama gildir ef þú trúir því að það sé ekki hægt að dáleiða þig. Það er sannleikurinn þinn og ekki eitthvað sem einhver annar er að reyna að sannfæra þig eða fá þig til að trúa.

Ímyndunaraflið (imagination)

Þetta er tungumál undirmeðvitundarinnar. Ef þú getur ímyndað þér eitthvað þannig að þú færð mjög skýra mynd af því í huganum, og að þetta er eitthvað sem er mannlega mögulegt, þá geturðu horft á þetta í sýndarveruleika hugans og séð hvers vegna þessi breyting myndi skila sér í því að bæta vellíðan þína.

Væntingin (expectation)

Hér erum við í raun að tala um væntingar þínar um að breytingar eigi sér stað. Þetta eru markmiðin sem þú setur þér og hvers vegna þú vilt breyta í samræmi við þetta markmið. Það er alltaf ástæða fyrir því afhverju þú vilt virkja hugann. Meðvitund og undirmeðvitund vinna saman til að ná þessu markmiði.

Sannfæringin (conviction)

Sannfæring og eftirvænting eru eins og tvíburar. Til að vera sannfærður um að þú sért dáleiddur muntu líklegast búast við að vera dáleiddur.

Í raun má segja að væntingar og sannfæring séu nátengd og vinni saman. Ef þú heldur að þú sért að ná markmiði þínu og ert sannfærður um að þú náir því, þá muntu ná árangri. Þú hefur stillt þig inná að ná árangri. Sama gildir ef þú býst við að mistakast og þú ert sannfærður um að þér mun mistakast, þá er undirmeðvitundin þín ekki að fara að segja þér neitt annað. Þú hefur virkjað forritið í þínum eigin huga, þannig að forritunin ætti að vera sem næst fullkomnun eða fullkominni mynd í upphafi.

Hvaða innleiðing er best og hvers vegna?

Sú innleiðing sem þér líkar best við og kannt utanbókar er besta innleiðingin. Þú þarft að þekkja innleiðinguna þína sem þú notar nógu vel til að beita henni af öryggi og færni. Þú ættir líka að geta sannfært skjólstæðinginn um að hann eða hún geti upplifað dáleiðslu ef hann eða hún vill.

Þú getur þekkt fleiri en eina innleiðingaraðferð. En mikilvægast er að vera mjög góður í að beita þeirri tækni eða aðferð sem þú þekkir. Ef þú þekkir til dæmis fleiri en eina tækni eða eina aðferð, þú þekkir bæði framsækna slökun og hugar ruglinginn, þarft þú að finna þína uppáhalds aðferð af þessum tveimur aðferðum og byrja að leggja þær á minnið.

Hvar og hvernig get ég fundið handrit af innleiðingum á netinu?

Þú getur notað bæði Google leit og YouTube. Þú getur notað orð eins og innleiðing (induction), hrað- innleiðingu (rapid induction), eða notað orðin sem þú finnur í þessari bók. Ef þú þekkir einhvern starfandi dáleiðara gæti hann eða hún verið til í að deila innleiðingar-handriti sínu.

5. kafli

Dýpkun

Í þessum kafla lærir þú um öfluga tækni í dáleiðslumeðferðum sem kallast dýpkun. Þú munt einnig læra mismunandi gerðir af dýpkunaraðferðum og hvernig þú finnur þá réttu fyrir viðskiptavin þinn. Að lokum munum við tala um mismunandi dýptarstig í dáleiðslu.

Dýpkun

Dýpkun er mikilvægt skref í dáleiðslunni. Það hjálpar þér (með sjálfsdáleiðslu) eða viðskiptavinum þínum að ná dýpra transástandi. Hér opnast undirmeðvitundin og gagnrýni hugurinn tekur sér hlé og leyfir árangursríkar tillögur að breytingum eða markmiðum.

Það er misskilningur varðandi dáleiðslu sem kemur frá kvikmyndum að sá sem er í dáleiðslu missir stjórn á sér og dáleiðarinn geti látið hann gera það sem honum sýnist. Þetta gæti ekki verið lengra frá sannleikanum. Jafnvel þó þú sért í djúpri dáleiðslu ertu alltaf meðvitaður um umhverfi þitt og hefur stjórn á öllu. Þú heyrir rödd dáleiðarans allan tímann, en önnur hljóð geta verið minna áberandi svo þau trufla þig ekki. Það er gert með tillögum eins og: „***Þú heyrir alltaf röddina mína í þessu dáleiðsluástandi, en önnur hljóð í umhverfi þínu trufla þig alls ekki, þau hjálpa þér bara að fara dýpra og dýpra í dáleiðsluna.***"

Að vera djúpt í dáleiðslu þýðir ekki að þú missir minni eða getu til að opna augun eða koma sjálfum þér aftur úr dáleiðslu. Dáleiðarinn getur ekki látið þig gera neitt sem þú vilt ekki gera. Þú ert sá/sú sem ræður. Dáleiðarinn er bara eins og leiðsögumaður á ferð þinni.

Svo, ef þú hefur stjórn á dáleiðslunni, hvað er „djúp dáleiðsla" þá?

Orðið djúpt í þessu sambandi vísar til dýpt dáleiðslunnar. Djúp dáleiðsla gerir hugann opnari fyrir tillögum og í þessu ástandi er undirmeðvitundin tilbúin að vinna með þér að því að breyta því sem þú vilt breyta til að ná markmiði þínu.

Dýpkun er ekki alltaf notuð í dáleiðslu. Hins vegar nota flestir dáleiðarar dýpkun til að tryggja að skjólstæðingurinn sé í nægilega djúpu transástandi til frekari vinnu. Eftir innleiðingu mun dáleiðari ákveða hvort hann/hún muni nota dýpkun eða ekki.

Hverjar eru helstu aðferðir til að dýpka í dáleiðslu?

Stiginn eða þrepa dýpkun

Stiga-dýpkuninn er ein algengasta dýpkunaraðferðin. Til að gera þetta lýsir þú stiganum í smáatriðum þannig að viðskiptavinurinn hafi sterka og skýra ímynd í huganum.

Segðu síðan við viðskiptavininn: „Farðu niður stigann og farðu dýpra í slökun með hverju skrefi sem þú tekur - þú getur talið afturábak niður frá 10 eða 20 skrefum/þrepum. Í hverju skrefi/ þrepi tvöfaldar þú slökunina. Og neðst í stiganum hefurðu náð djúpu og afslappandi ástandi og líður ótrúlega vel eða dásamlega."

Dáleiðarinn telur afturábak fyrir skjólstæðinginn í hverju skrefi niður stigann svo hann eða hún (sá sem er verið að dáleiða) getir slakað meira og meira á og leyft sér að losa sig við allt sitt daglega amstur.

Þegar dýpkuninni er lokið, og þú ert neðst í stiganum, geturðu farið í aðra dýpkunaraðferð eða annars konar meðferð. Til dæmis, alddurs regression, þáttameðferð (parts therapy) eða sýndarveruleika hugans (visualization).

Sýndarveruleiki hugans, dýpkun

Í þessari dýpkunaraðferð ertu að segja sögu. Þetta gæti skapað ákveðnar myndir í huga þínum. Gakktu úr skugga um að þú farir ekki neitt sem gæti kallað fram ótta eða kvíða viðbragð innra með skjólstæðingi þínum. Spurðu áður en þú ferð að dáleiða. Sumir eru hræddir við vatn og sumir vilja ekki fara inn í skóg - vegna þess að þeir eru hræddir við pöddur og svo framvegis. Ánægja eins manns getur verið fælni annars manns.

Dæmi:

Segðu þetta við viðskiptavininn þinn.

„Ímyndaðu þér að þú sért að fara niður á strönd. Það er stigi sem þú þarft að fara niður til að komast á ströndina. Þessi stigi er með 10 þrepum og með hverju skrefi niður stigann ferðu dýpra og dýpra í slökunar ástand. Nú, þegar þú ert kominn niður á ströndina, finndu sandinn, sólina, hlýjuna, hljóðin og goluna, svo þar sem þú ert á ströndinni skaltu ganga í sandinum og finna sandinn á milli tánna. Sandurinn hefur fullkomið hitastig fyrir þig. Farðu niður að sjávarmálinu þar sem sjávarföllin eru; þú munt finna að sandurinn verður þéttari eftir því sem sandurinn blotnar. Ímyndaðu þér að sjórinn komi yfir fæturna þína þegar þú gengur í flæðarmálinu, og með þessu tekur sjórinn allt það sem hindrar þig á leiðinni til árangurs, og nú er þér frjálst að gera þær breytingar sem þú vilt gera. Hafðu þá mynd skýra í huga þínum og farðu dýpra og dýpra inn í slökunarástandið. Finndu núna stað þar sem þú getur sest niður eða lagst niður til að fá algjöra slökun og fullkomna ró."

Máttlaus hendi (Floppy arm)

Mundu að fá leyfi áður en þú snertir viðskiptavin þinn ef þú ætlar að nota snertingu í dáleiðslu.

Þessi dýpkunaraðferð er notuð þegar skjólstæðingur er í dáleiðslu eftir innleiðingu og þú vilt dýpka dáleiðsluna.

Í þessari aðferð er skjólstæðingurinn í afslöppuðu ástandi og þú segir skjólstæðingnum að leyfa sér að vera í algjörri slökun. Þú ert að fara að snerta úlnlið þeirra og þú vilt enga hjálp frá þeim. Lyftu upp hendinni með því að taka um úlnliðinn. Höndin ætti að vera alveg slök á meðan þetta er gert. Segðu þeim að þegar þú sleppir hendinni eða úlnliðnum sem þú heldur utan um og lætur hana falla í kjöltu þeirra eða á læri, þá munt þú fara dýpra og dýpra í dáleiðslu. Stundum er þetta gert tvisvar eða þrisvar sinnum til að ná skjólstæðingi eins djúpt og mögulegt er.

Þessa aðferð er hægt að nota hvenær sem er meðan á dáleiðslu stendur ef dáleiðarinn vill koma skjólstæðingi dýpra í dáleiðslu.

Hönd á öxl, dýpkun

Þessi aðferð krefst snertingar, svo mundu að fá leyfi til að snerta skjólstæðinginn áður en þú byrjar með þessa aðferð. Þessi aðferð gengur út á að leggja höndina létt á öxl skjólstæðings til að koma honum dýpra í dáleiðslu. Segðu skjólstæðingi þínum að þú ætlir að leggja hönd þína létt á öxl hans. Þú getur byrjað á því að segja við skjólstæðinginn þinn: "Þegar ég legg höndina létt á öxlina þína, þá leyfirðu þér að fara þrisvar sinnum dýpra í dáleiðslu." Og leggðu síðan hönd þína létt á öxl skjólstæðingsins og segðu skjólstæðingnum að fara dýpra í dáleiðslu. Þetta er hægt að gera hvenær sem er meðan á dáleiðslu stendur ef skjólstæðingur þinn þarf að fara dýpra. Þetta er mjög einföld og áhrifarík aðferð sem hægt er að nota hvenær sem er meðan á dáleiðslu stendur. **Taktu eftir, þú ert ekki að þrýsta á öxlina; þú ert bara að snerta öxlina léttilega.**

Hér er hugsunin: **þegar ég** (dáleiðarinn) geri þetta, **þá mun** þetta gerast.

Dýkun telja afturábak

Þú getur notað þessa tækni sem leið til að fara á griðarstaðinn þinn eða til að hjálpa þínum skjólstæðingi til að fara dýpra í dáleiðslu þegar það þarf. Til að gera þetta, þá getur þú talið afturábak til að dýpka dáleiðsluna og talið frá 10 – 1 . Við hverja tölu sem þú telur afturábak þá fer skjólstæðingur þinn dýpra inn í dáleiðsuna.

10 öll athyglin fer í að slaka alveg á.

9 slaka á meira og meira og fara dýpra og dýpra inn í dáleiðsluna

8 leyfðu þér að slaka á og slepptu allri spennu úr líkamanum.

7. 6. 5 þú getur fundið fyrir tilfinningunni að vera alveg slakur

4. 3. leyfðu þér að slaka enn meira á

2. og vertu enn afslappaðri

1 slakaðu algjörlega á og njóttu friðsældarinnar sem því fylgir.

Því dýpra sem þú ferð, því betur líður þér. Því betur sem þér líður, því dýpra ferðu.

Notaðu réttu dýpkunaraðferðina fyrir þinn skjólstæðing.

Þegar þú leitar eftir réttu leiðinni eða réttu aðferðinni til að dýpka dáleiðsluna fyrir þinn skjólstæðing þá þarftu að vita fyrirfram ef það er eitthvað sem skjólstæðingi þinum líkar ekki eða er hræddur við. Ekki geta þér til um það. Ekki nota dýpkunaraðferðir eins og að fara á ströndina eða vera hátt uppi á fjalli nema vita að það sé í lagi. Það sem einum finnst skemmtilegt getur kallað á hræðslu hjá öðrum.

Þessar upplýsingar getur þú nálgast í forviðtalinu. Ef þú ert ekki með þessar upplýsingar þá getur þú beðið skjólstæðing þinn um að ímynda sér friðsælan stað þar sem hann/hún eru örugg(ur), þar sem er rólegt og þeim líður vel. Þetta er eitthvað sem getur ekki farið úrskeiðis vegna þess að skjólstæðingurinn er að búa til þessar myndir í sínum huga.

Þú ert ekki að koma með neina ákveðna tillögu til þeirra.

Eins og þú hefur lesið í þessum kafla, þá getur þú notað þá dýpkun að telja afturábak og haft markmiðið að hjálpa skjólstæðingi þínum inn á griðarstaðinn sinn.

Ég, dóttirin, nota þá aðferð að biðja skjólstæðinga mína að ímynda sér að þeir séu að ganga niður 10 tröppur, niður í fallegan garð eða inn á uppáhaldsstaðinn sinn í huganum. Þetta er staður þar sem aðeins er jákvæðni, vellíðan, árangur og allt það góða sem hægt er að láta sér dreyma um. Þessi staður er í þeirra huga og þeir geta gert þennan stað alveg eins og þeir vilja hafa hann. Þetta er þeirra griðastaður, þeirra öruggi staður

Mundu að ef þú telur afturábak frá 10 – 1 í dýpkun, þá þarftu að telja áfram frá 1 – 5 þegar þú kallar viðkomandi til baka úr dáleiðslunni

Hvernig líður mér í djúpri dáleiðslu?

Fólk lýsir tilfinningunni sem ró, líkamlegri og andlegri slökun, líður yndislega og í svo friðsælu ástandi. Margir tala um að þeim finnst þeir verða mjög léttir, á meðan öðrum finnst eins og þeir séu þungir.

Óháð því hvernig þér líður, svo lengi sem þú ert að upplifa slökun, þá ert þú á réttri leið. Dáleiðsla er mjög persónuleg reynsla og það getur ekki verið nein alhæfing á því hvernig fólki á að líða.

Dýpt í dáleiðslu

Fólk upplifir dáleiðslu á mjög mismunandi hátt. Sumir upplifa mjög djúpa dáleiðslu, meðan öðrum finnst hún vera mjög létt. En það skiptir í raun ekki máli. Slakaðu bara á og sjáðu hvernig þú upplifir það. Næstum allir geta náð þessu hugarástandi sem er í raun bara slökun, þar sem athyglin er í fyrirrúmi. Það eru þrjú dýptarstig í dáleiðslu. Með góðum tillögum, getur þú náð góðum árangri með hvaða dýpt dáleiðslu sem er. Hér eru mismunandi dýptarstig í dáleiðslu.

Létt dáleiðsla - Hypnoidal state

Í léttri dáleiðslu geturð þú fundið fyrir því að hendur og fætur eru þungir eða léttir og algjörlega afslappaðir á meðan augun þín eru lokuð. Slökunin færist yfir allan líkamann, frá hvirfli til ilja, á meðan öndun og hjartsláttur hægir á sér.

Andlitsvöðvar eru alveg slakir. Við höfum fengið myndlíkingu frá viðskiptavini um að þetta sé eins og andlitsvöðvarnir hreinlega bráðni þægilega.

Þú getur fundið þyngd í líkamanum með dýpri slökun. Þú getur líka upplifað léttleika í líkamanum með slökun. Löngun til að hreyfa sig, tala og hugsa minnkar. Þú munt finna fyrir aukinni vitund í skynjun allra fimm skilningarvitanna.

Sjón, heyrn, snerting, bragð og lykt. Sumir heyra umhverfishljóð skýrar, og aðrir skynja meiri lykt. Margir finna fyrir auknum viðbrögðum við tillögum sem komið er með í dáleiðslunni.

Miðlungs djúp dáleiðsla – Cataleptic

Þegar þú ferð inn í miðlungs djúpa dáleiðslu lítur þú út fyrir að þú sért sofandi, en þú ert það ekki. Þú heyrir allt í kringum þig og þú hefur fulla stjórn á þér sjálfum/sjálfri. Hér getur þú unnið með ýmsa hluti eins og að auka sjálfstraust, bæta svefn, hætta að reykja og fleira. Flestar meðferðir eru gerðar á þessu stigi undirmeðvitundarinnar. Á þessu stigi í dáleiðslu bregst þú vel við tillögum og notar ímyndunaraflið betur. Hér getur þú gert hugsanir þínar eins raunverulegar og þú vilt og um leið finnur þú leið til að finna þær lausnir sem þú þarft til að ná tilætluðum árangri. Þannig að þú bregst vel við þeim tillögum sem þú heyrir. Þú getur farið í ímyndað ferðalag. Mundu að tungumál undirmeðvitundarinnar er ímyndunaraflið. Það er oft erfitt að útskýra þessa tilfinningu að vera í miðlungs dáleiðsluástandi, en það er mikil slökun og vellíðan.

Djúp dáleiðsla – Sumnambulism

Í þessari djýpt dáleiðslu eru hugur og líkami í algjörri slökun. Þú getur opnað augun án þess að vakna af transinum þínum. Þetta er besta dýptin fyrir margar dáleiðslumeðferðir eins og Regression og Parts therapy. Þessi dýpt dáleiðslu er líka frábær til að endurheimta gleymdar minningar. Hugurinn er ekki að gera neitt. Þú ert bara fljótandi í þessu ástandi. Samt ertu vakandi og heyrir allt og ert því við stjórn allan tímann. Hér er hugurinn mjög móttækilegur fyrir tillögum þar sem hugurinn er í algjöru slökunarástandi og gagnrýni hugurinn er ekki að vinna.

Mjög djúp dáleiðsla – Esdaile

James Esdaile, var læknir sem var uppi á 19. Öld. Hann gerði bæði stórar og smáar skurðaðgerðir á Indlandi og notaði þá mjög djúpa dáleiðslu í stað svæfingar eða deyfinga fyrir sína sjúklinga. Þessi djúpa dáleiðsla ber nafn hans Esdaile. Á þeim tíma voru deyfingar eins og við þekkjum í dag ekki til.

Í þessari djúpu dáleiðslu heyrir þú allt sem sagt er en finnur ekki fyrir neinu. Það kann að virðast ótrúlegt, en þetta er dagsatt. Þessi aðferð er viðbót við aðrar dýpkunaraðferðir. Til að ná árangri á þessari miklu dýpt þarf að æfa og dáleiða skjólstæðinginn nokkrum sinnum í nokkurra daga áður en þú getur náð nægilega góðum árangri.

Til að komast í svona djúpa dáleiðslu þarf að fara enn dýpra en venjulega með skjólstæðinginn og það er gert á ákveðinn hátt með því að hugsa um þrjár hæðir í húsi sem þarf að fara niður. Við köllum það A, B og C.

Til að komast á A þarftu að vera tvisvar sinnum slakari en þú varst í fyrra slökunarástandi.

Til að komast á B þarf að fara tvöfalt dýpra en á hæð A.
Og til að komast á hæð C, sem er kjallari hússins, þarf að fara tvöfalt dýpra en á hæð B.

Á hæð C ertu komin í eins mikla slökun og hægt er að ná.

Þegar þú kemur þangað ertu í mjög mikilli slökun og þá getum við farið í vinnuna.

Svona er Esdaile dýpkunin gerð.

Það eru ekki margir sem nota þessa aðferð í dag. Nú eru til lyf til að deyfa fólk og þegar deyfingar- og svæfingarlyfin komu til sögunnar var hætt að nota dáleiðslu við deyfingar í aðgerðum. Samt eru dáleiðarar sem nota þessa aðferð enn í dag í samvinnu við skurðlækna t.d. í Bretlandi. Sjá BBC dáleiðsluaðgerð YouTube.

Hynosurgery live - shows surgery performed under hypnosis(https://www.youtube.com/watch?v=SgDQRDroSv0)

Leidd dáleiðsla. Guided imagery

Myndmál er ferli þar sem ímyndunaraflið er notað til að örva öll skilningarvit líkamans og skapa ímyndaða upplifun varðandi hvað veldur ótta eða sársaukafullum hugsunum.

Ef þú ert með Skjólstæðing sem eru hræddir við eitthvað, geturðu notað myndmál til að hjálpa þeim að ímynda sér að þeim líði vel í þeim aðstæðum sem þeim fannst áður ógnvekjandi.

Til dæmis: Fyrir skjólstæðinga sem eru hræddir við að fara upp og niður rúllustiga. Í dáleiðslu geturðu látið þau sjá sig ganga að rúllustiganum og stíga á hann. Farðu svo yfir þetta í smáatriðum þar til þeim líður vel. Endurtaktu þetta aftur og aftur þar til það er orðið einfalt og líðan góð við þessar aðstæður. Síðan þegar farið er í rúllustiga í raunveruleikanum er það miklu auðveldara.

Myndmál er líka hægt að nota til endurhæfinga. Þegar sjúklingur finnur fyrir sársauka í hné, þá er hægt að nota ímyndunaraflið, og sjá fyrir þér frumurnar og hvernig þær vinna við að gera við liðböndin, gera við beinin eða sinar og vöðva sem tengjast hnénu. Þetta læknar ekki vandamálið en getur bætt það verulega, bætt líðanina og bætt árangur endurhæfingarinnar. Það getur einnig hjálpað til við að draga úr sársauka. Þú getur líka notað þessa aðferð til:

- Að draga úr aukaverkunum lyfja
- Að búa þig undir erfiðar aðstæður
- Streitustjórnun

- Að takast á við sjúkdóma
- Að þróa nýjar venjur, og margt fleira.

6. kafli

Tillögur

Öll dáleiðslu er sjálfsdáleiðsla. Ef þú fylgir einföldum leiðbeiningum mínum, getur enginn kraftur á jörðu, fyrir utan þig sjálfan, komið í veg fyrir að þú verðir dáleiddur.... (Charles Tebbetts, Miracle on Demand,, 1985)

Í síðasta kafla lærðir þú um dýpkun. Í þessum kafla lærir þú um tillögur í dáleiðslu. Tillögur (suggestions) er mjög öflug tækni í verkfærakistu hvers dáleiðara. Það er ferlið við að leiða skjólstæðinginn að þeim hugsunum varðandi tilfinningar og hegðun sem viðkomandi óskar sér, með því að gefa tillögur sem gæti kallað fram viðbrögð í stað þess að treysta á meðvitaða reynslu. Þú munt einnig læra um mismunandi tegundir af tillögum.

Sannfæringar, dáleiðsluprófanir (Convincers, hypnotic testing)

Sannfæringar eru sumar tillögur kallaðar vegna þess að þær eru gefnar til að hjálpa einstaklingnum í dáleiðslu að fara dýpra inn í dáleiðslu ástandið eftir að hafa samþykkt tillögurnar sem gefnar voru. Charles Tebbetts, lærifaðir og meistari Roy Hunters nefndi almennt „áskorunar" tillögur sem dáleiðslu „sannfæringar ", vegna þess að þær hjálpa skjólstæðingi að sannfærast um að hann/hún sé í raun að upplifa dáleiðslu.

Hér notar þú tillögur til að sannfæra og sýna viðskiptavinum þínum hversu öflugur hugurinn er. Þetta er eitthvað sem er snjallt að gera í einum af fyrstu dáleiðslu tímunum. Það eru margar leiðir til að gera þetta, og þú getur líka notað sumar af þessum aðferðum til að dýpka líka. Þegar notaðar eru sannfæringar í dáleiðslu er best að gera það í lok tímanns því það ýtir undir eldmóð skjólstæðingsins.

Þegar þú gerir þetta muntu finna eins og annar handleggurinn verði þungur og hinn handleggurinn léttur eins og fjöður. Aðferðin við að gera þetta er sú að við komum með tillögur til skjólstæðingsins og biðjum hann/hana að ímynda sér að annar handleggurinn sé þungur, en um úlnliðinn á hinni hendinn séu bundnar helíumblöðrur. Hér segjum við skjólstæðingi okkar að undirmeðvitundin sé að festa fleiri helíumblöðrur við úlnliðinn og eftir því sem léttari handleggurinn þeirra verður léttari, þyngist hinn. Hér gætirðu séð að létta hendin lyftist upp frá stólarminum þar sem helíumblöðrurnar toga upp hendina. Þegar þú sérð að handleggurinn hefur lyftst, biður þú skjólstæðinginn að leggja á minnið hvor handleggurinn var léttur og hvor handleggurinn var þungur til að geta sagt þér það seinna.

Þegar þessu er lokið, fjarlægir þú ímynduðu þyngdina og ímynduðu blöðrunar frá handleggjunum áður en þú kallar skjólstæðinginn til baka. Næst kallar þú skjólstæðing þinn tilbaka úr dáleiðslunni. Þegar skjólstæðingurinn er kominn til baka geturðu spurt hann eða hana hvor handleggurinn var þungur og hvor var léttur. Og svarið kemur þeim næstum alltaf á óvart þegar þeir útskýra fyrir þér hvernig þeir upplifðu þetta. Síðan grípurðu reynslu hans/hennar og kemur með tillögur um hversu kraftmikil og mögnuð undirmeðvitundin er. Þetta virkar til að sannfæra skjólstæðinga þína um að ef þetta er eitthvað sem þeir vilja, þá geti þeir náð því.

Segul-magnaðir fingur (Magnetic fingers)

Ég ætla að biðja þig að setja hendurnar saman og spenna greipar. Nú skaltu rétta upp báða vísifingurna og skilja þá að um það bil 3 – 4 cm. Ímyndaðu þér sterkan, ómótstæðilegan kraft sem dregur vísifingurna saman, eins og þú sért með segla af andstæðum pólum á fingrunum. Nú eru seglarnir tvöfalt stærri, tvöfalt sterkari.

Þegar svörun verður sýnileg og fingurnir snertast...

Fingur þínir hreyfðust ekki af því að ég sagði þeim að gera það, þeir hreyfðust vegna þess sem þú **ímyndaðir** þér það.

Segul-magnaðar hendur (Magnetic hands)

Þetta er sama tækni og við segulmagnaða fingur. Eini munurinn hér er að seglarnir eru núna í lófunum. Skjólstæðingur situr venjulega í stól hér.

Haltu nú báðum handleggjunum út beint fyrir framan þig, olnbogar beinir, fingurnir beint út, þumlarnir beint upp.

Ýttu höndum í sundur um 90 cm, settu þær síðan saman og síðan um 60 cm á milli. Settu síðan vísifingurinn þinn mitt á milli handa skjólstæðings.

Segðu síðan við skjólstæðinginn: „Starðu á fingurinn á mér. Ég ætla að telja frá þremur niður í einn. Þegar ég segi einn skaltu loka augunum og hafa augun í sömu stöðu og stara á staðinn þar sem þú sást síðast fingurinn á mér... þrír... tveir... ein... lokaðu augunum. Núna, ímyndaðu þér að ég sé að setja segul í lófann á þessari..hendi ."

Snertu aðra hönd hans/hennar.

„...og núna einn með andstæðan pól í hina hendina. Ímyndaðu þér seglana toga hendurnar þínar saman... toga og draga, toga og toga... finndu seglana toga hendurnar saman, nær og nær, og ... lokast núna... Þegar lófarnir snertast, láttu þá hendurnar falla í kjöltuna þína, slakaðu á og opnaðu augun."

Eftir þetta ...segir þú :

„Hendur þínar drógust ekki saman af því að ég sagði þeim að gera það, þeir drógust saman vegna þess sem þú **ímyndaðir** þér það".

Walberg Arm Levitation útgáfan

Til að gera þetta segir þú við þinn skjólstæðing: "Réttu handleggina út beit fyrir framan þig og lokaðu augunum."

Bíddu eftir viðbragði.

Segðu síðan: „Ég ætla ekki að dáleiða þig alveg strax. Eins og ég sagði, þetta er bara sýnikennsla til að hjálpa þér að komast að því hversu öflugt þitt eigið ímyndunarafl er, sem og til að hjálpa mér að ákvarða hvaða dáleiðsluaðferðir passa best fyrir þig. Ímyndaðu þér að ég sé að binda band um úlnliðinn þinn..."

Komdu léttilega við úlnliðinn

„ Ímyndaðu þér að það eru 12 helíum blöðrur bundnar við úlnliðinn á annarri hendinni þinni og toga hendina upp á við. SJÁÐU blöðrurnar og FINNDU fyrir þeim þar sem þær toga hendina upp á við .... eða þú getur ímyndað þér ennþá fleiri blöðrur sem eru bundnar við úlnliðinn.

Núna, ímyndaðu þér að þú haldir á tómri fötu í hinni hendinni og ég er að hella vatni í fötuna. SJÁÐU vatnið renna í fötuna. HEYRÐU í vatninu þar sem það rennur í fötuna, og FINNDU þegar fatan verður þyngri um leið og hún verður fyllri og fyllri ... og þyngri og þyngri ...og togar hendina þína niður ... þyngri og þyngri ... fyllri og fyllri .. og nú kemur einhver og TVÖFALDAR magnið af blöðrunum sem eru bundnar við úlnliðinn og hendin fer hærra og hærra..."

Þegar þú sérð að önnur hvor höndin er farin að hreyfast þá stoppar þú aðeins og segir:

„ Stoppaðu aðeins, en hafðu báðar hendurnar kyrrar þar sem þær eru . Opnaðu augun og sjáðu hendurnar þínar. „

Eftir að skjólstæðingur upplifir þetta augnablik ...

Segðu við skjólstæðing þinn. „Hendurnar þínar hreyfðust ekki af því að ég sagði þeim að gera það, þær hreyfðust vegna þess að þú **ímyndaðir** þér annað hvort fötuna eða blöðrurnar „

Að hendur hreyfast er hægt að nota á 4 mismunandi vegu. Það getur verið sænnfæring (convincer) með snertingu, sannfæring án snertingar, sem dýpkun og sem tillögupróf.

Af hverju notum við tillögur ?

Tillögur eru notaðar til að leiðbeina viðskiptavinum þínum að horfa á hlutina frá öðru sjónarhorni og til að líta á áskoranir út frá öðru sjónarhorni. Tillögur eru notaðar til að ögra gömlum hugsunarmynstrum og skapa rými fyrir ný mynstur sem leiða til nýrra og betri lausna. Tillögur eru ætlaðar til að sannfæra skjólstæðing þinn um að hann eða hún geti upplifað dáleiðslu og að ef þeir vilja láta dáleiða sig þá standi ekkert í vegi fyrir því. „Þetta er allt í huganum, elskan..." er þekktur frasi, og það er það sama hér, ef þú trúir því þú getir eða getir ekki verið dáleidd(ur), þá veistu einnig hvert lokasvarið er.

Hér eru nokkrur sannfæringapróf tekin úr bókinni The Art of Hypnosis, Master Basic Techniques, by Roy Hunter.

Kraftur myndlíkinga í sögum ?

Myndlíking eða saga inniheldur oft óbeinar tillögur sem skjólstæðingur samsamar sig við sem hluta af sögunni. Maður gæti velt því fyrir sér hvernig eða hvers vegna saga getur læknað eða útilokað algerlega sársauka. Hypnosis and Hypnotherapy (Helmut W. AS. Karle) inniheldur áhugavert dæmi um Ericsonian dáleiðslu sem gerð var meira en öld fyrir fæðingu Erickson. Það var móðir að segja barni sínu sögu.

Árið 1794 greindist sonur hennar með æxli sem varð að fjarlægja með skurðaðgerð. Hún sat við hliðina á syni sínum meðan á aðgerðinni stóð og sagði honum sögu.

Það athyglisverða var að ungi drengurinn fann ekki fyrir sársauka þrátt fyrir að engin svæfing/deifing hafi veri í boði í þá daga. Aðgerðin heppnaðist vel. Mörgum árum síðar, birti drengurinn söguna sem móðir hans hafði sagt honum. Drengurinn hét Jacob Grimm, og sagan var „Mjallhvít".

(Þessi saga er úr bók eftir Roy Hunter The art of Hypnosis, Mastering basic techniques, 3.rd ed. 2000 page 132)

Eins og þú sérð af þessari fallegu sögunni hér að ofan, ef skjólstæðingar þínir geta tengst sögunni og þeim persónum þar, getur það hjálpað þeim að finna nýjar lausnir innra með sér til að gera hlutina öðruvísi.

Tillögur í dáleiðslu geta verið beinar og óbeinar

Tillögur í dáleiðslu geta verið beinar og óbeinar: „Þú reykir ekki," „Þú sefur svo vel núna og vaknar alltaf endurnærð(ur)."

Dáleiðsla er hugarástand og tillögur eru hugmyndirnar sem þú segir skjólstæðingi þínum. Dáleiðsla eykur sefnæmi og þú verður næmari til að taka á móti tillögum í dáleiðslu. Þess vegna virka þetta tvennt mjög vel saman (dáleiðsla og tillögur) til að ná sem bestum árangri.

Bein tillaga (Direct suggestion)

Beinar tillögur eru frábrugðnar óbeinum tillögum, vegna þess að í beinum tillögum ertu ekki að nota sögur heldur fara beint að efninu. Hér spyrðu hreint út en með umhyggju í röddinni, til að leiðbeina skjólstæðingi þínum í átt að markmiðum sínum. Þú notar þeirra orð úr forviðtalinu þar sem þeir hafa útskýrt fyrir þér hvaða ávinning þeir myndu vilja fá, þegar þessi breyting eða markmið verður að raunveruleika.

Með beinum tillögum talarðu hreint út og biður fólk um að gera eitthvað ákveðið.

Dæmi um beinar tillögur: „Þú reykir ekki," „Þú ert svo ánægð(ur)," „Dragðu djúpt inn andann og leyfðu allri streitu og spennu að líða frá líkamanum," „Hendurnar þínar eru hlýjar," „Þú munt finna hlýjuna í höndunum þínum."

Óbein tillaga (Indirect suggestion)

Í óbeinum tillögum talar þú ekki beint um hlutina. Þú málar ímyndaðar myndir fyrir skjólstæðing þinn án þess að segja honum nákvæmlega hvernig myndin ætti að líta út. Það felur í sér sögur sem innihalda óbeinar tillögur þar sem hægt er að feta í fótspor einhvers í sögunni.

Dæmi 1:
Ég velti því fyrir mér hvort tilfinningin í höndum þínum sé öðruvísi núna, kannski léttari eða þyngri.

Dæmi 2:
Ég velti því fyrir mér hvort þú getir ímyndað þér hvernig það væri ef þú værir í flísfóðruðum hönskum.

Tillaga sem gerist eftir dáleiðsluna (Post hypnotic suggestion)

Þetta er tillaga sem gefin er skjólstæðingi í dáleiðslu en sem þeir munu vinna með eftir dáleiðsluna.

Tillaga er uppástunga eða hugmynd sem er sögð við þig, svo þú getir notað hana til að breyta því sem þú vilja breyta til að ná betri árangri. Tillögur eru leið til að fá hugann til að vinna öðruvísi.

Tillögur eru notaðar til að finna nýjar leiðir til að leysa vandamál sem þú vilt leysa. Það hefur verið sýnt fram á að tillögur eru mjög áhrifaríkar þegar þær eru notaðar í dáleiðslu. Forviðtalið leiðir í ljós hvað skjólstæðingur vill vinna með í þessari dáleiðslu. Sú þekking er notuð til að komast að rót vandans og til að fá hugann til að finna nýjar leiðir sem kannski hafa ekki verið notaðar áður. Þessar tillögur eru gefnar skjólstæðingi í dáleiðslu og eiga að gerast eftir að komið er út úr dáleiðslunni.

Tillögur í meðferðar dáleiðslu (Therapeutic suggestion)

Tillögur í meðferðardáleiðslu eru gefnar meðan á dáleiðslu stendur og ættu að hafa áhrif eftir að dáleiðslu líkur og áfram. Tillögurnar eru gefnar til að hjálpa skjólstæðingi þínum við að breyta hlutum sem hafa valdið honum / henni hugarangri. Til dæmis, til að hjálpa til við að hætta að reykja, sigrast á flughræðslu, sofa betur, bæta sig á ýmsum sviðum, draga úr verkjum o.fl.

Dæmi:
Í tillögum í meðferðardáleiðslu sem á að gerast eftir dáleiðslu og áfram, talar þú við skjólstæðing þinn á þessa leið:

„Þegar þú velur vatn í stað þess að fá þér eitthvað að borða muntu komast að því að það fullnægir algjörlega snakkþörfum þínum, og löngunin í eitthvað að borða hverfur."

Ef viðskiptavinir þínir eiga í frestunarvanda getur þú komið með tillögur um að þegar þeir koma heim finnst þeim miklu auðveldara en áður að hefja verkefni sín og frestunaráráttan minnki mikið.

Dáleiðsla án meðferðar (Non-Therapeutic)

Í dáleiðslu án meðferðar ertu að gefa viðskiptavinum þínum tillögur sem eru ekki hluti af vandamálinu sjálfu en eru engu að síður til hagsbóta fyrir skjólstæðinga þína. Þetta er tillaga eða tillögur sem fær skjólstæðinga þína til að gera hluti eins og að hlæja, brosa o.s.frv. En mundu, ekki nota eitthvað sem getur verið vandræðalegt fyrir skjólstæðinga þína. Notaðu hluti eins og bros eða hlátur, eða segðu þeim að þeir muni finna fyrir löngun til að snerta nefið á sér (einu sinni).

Dáleiðsla án meðferðar er þegar tillaga er sett fram um eitthvað annað en
meðferð. Til dæmis, þegar dáleiðslunni er lokið, muntu fara og opna gluggann.

Hafðu tungumálið einfalt og hnitmiðað.
Í dáleiðslu án meðferðar geturðu sagt við skjólstæðing þinn:

„Eftir að ég hef kallað þig til baka úr dáleiðslunni muntu finna fyrir ótrúlegri löngun til að snerta nefið þá þér einu sinni. Ef þú reynir að streitast á móti muntu brosa og hlæja." Þú getur séð þessa nálgun í sviðsdáleiðslunni.

Ekki reyna of mikið

Þegar þú ert að dáleiða, skaltu vinna skynsamlega og leyfa flæðinu að njóta sín.

Leyfðu skjólstæðingnum að sýna þér sína leið sem hann þarf að fara, og þú getur leiðbeint honum á þann stað með því að kenna honum leiðina að undirmeðvitundinni og hvernig hann getur hlustað á sitt eigið innsæi. Leiðbeina honum í átt að velgengni og vellíðan. Þú þarft ekki að vita allt. Þegar einstaklingar koma til þín í dáleiðslu, hafa þeir ómeðvitað gert upp hug sinn um leiðina sem þeir ætla að fara með þinni hjálp. Fylgdu bara straumnum, slakaðu á, slappaðu af, njóttu dáleiðslutímans, dragðu djúpt inn andann, haltu honum í nokkrar sekúndur, andaðu frá þér hægt og rólega, og róaðu hugann þinn, svo það sé ekkert sem stendur í vegi þínum í upphafi þessarar ferðar. Þú þarft að æfa bæði sjálfsdáleiðslu og hvernig á að dáleiða einhvern annan, og í hvert sinn sem þú ferð í dáleiðslu þá ferðu dýpra í dáleiðslu og það á einnig við um skjólstæðinga þína.

Að kalla til baka úr dáleiðslu (Awakening)

Hér ertu að koma skjólstæðingi þínum aftur í vel vakandi hugarástand. Það er auðvelt að kalla skjólstæðinginn til baka úr dáleiðslunni. Það eina sem þú þarft að hafa í huga er hvernig þú notaðir tölurnar í dýpkuninni þinni. Ef þú hefur talið afturábak, eins og við gerum, þá þarft þú að telja frá 1 og upp í 5 til að fá skólstæðing til baka úr dáleiðslunni. Það er gott að hafðu í huga að telja **ekki** of hratt þar sem það er frekar óþægilegt fyrir skjólstæðing. Betra að koma til baka rólega.

Við notum tillögu eins og hér að neðan og nefnum tölurnar:

1. Þú byrjar að koma hægt til baka
2. Þú byrjar að verða meðvitaður/ meðvituð um umhverfi þitt
3. Þú byrjar að hreyfa fingur og tær
4. Þegar þú ferð út í umferðina eftir smá stund, þá ertu fullkomlega meðvitaður/meðvituð.
5. Þú opnar augun á þeim hraða sem hentar þér og ert glaðvakandi full(ur) af orku og líður dásamlega.

Venjulega er þetta nóg til að kalla viðkomandi til baka úr dáleiðslunni. Ef skjólstæðingur þinn kemur ekki strax til baka þegar þú telur, bíddu þá að hámarki 1-2 mínútur, og endurtaktu síðan ferlið. Það virkar í 99,99% tilvika. Samkvæmt kennaranum okkar á grunnnámskeiðinu, þá sagði hann að ef það virkaði ekki til að ná viðkomandi úr dáleiðslu, segðu þá skjólstæðingi þínum að hann megi sofa í stólnum þínum eins lengi og hann vilji en þú rukkar fyrir hverja klukkustund. Þetta er góð leið til að ná skjólstæðingi til baka hratt og örugglega. En á þeim 11 árum sem ég hef unnið með dáleiðslu hef ég aldrei þurft að grípa til þess.

7.Kafli

Skref sem þarf að hafa í huga í dáleiðslu.

Í þessum kafla munum við ræða mikilvæga hluti sem þarf að hafa í huga meðan á dáleiðslu stendur. Þú munt læra hversu mikilvæg röddin þín er, hvað öruggur staður / griðastaður er og hvernig á að nota upplýsingarnar úr forviðtalinu. Þú munt líka læra meira um að kalla til baka (awakening), mismuninn á sjálfsdáleiðslu og meðferðardáleiðslu og hvað IDMR er.

Hvernig getur röddin þín verið þitt verkfæri ?

Röddin þín er eina verkfærið sem þú hefur þegar þú dáleiðir einhvern. Þetta er vegna þess að skjólstæðingur þinn situr í stólnum með augun lokuð.

Þú notar röddina þína til að leiðbeina skjólstæðingi inn í djúpt dáleiðsluástand, og af þessum sökum er röddin þitt aðalverkfæri. Með þessu erum við ekki að biðja þig um að vera með of dramatíska rödd. Sem dæmi, sumir af nemendunum sem við vorum að kenna listina að dáleiða, byrjuðu að nota raddir sínar eins og þeir voru að lesa hryllingssögu eða leyndardómsfulla sögu. Það er ekki það sem við erum að tala um. Notaðu þína venjulega rödd en hafðu hana mjúka, umhyggjusama og ekki stjórnandi /skipandi. Þetta er besta leiðin til að leiðbeina þínum skjólstæðingum mjúklega og varlega inn á öruggan stað / griðarstað og kanna svæði hugans þar sem undirmeðvitundin stjórnar. Til að útskýra það aðeins nánar þá er dáleiðsla ekki hókus-pókus heldur afslappandi og orkumikið ástand.

Sumir dáleiðarar tala um að nota eintóna rödd (e. monotone) við dáleiðsluna. Það er gott fyrir sumar meðferðir en ekki fyrir allar. Ég nota venjulega röddina mína, eins og mjúka venjulega rödd (röddin sem ég nota venjulega innandyra) og það er eins og að lesa fyrir barn þegar það er að fara að sofa.

Einhverjir gætu sagt að röddin þín sé ekki eina tækið sem þú getur notað. Þú getur notað pendúl, spunabretti (e. Spinning board) eða aðra leikmuni. Já, það er satt. En ef þú segir ekkert, og sýnir bara einhverjum þessa leikmuni, þá mun ekkert gerast.

Hvað er griðastaður/listagarður/orkustaður?

Þetta er staður þar sem þú getur farið á í dáleiðslunni til að endurheimta orkuna, viðhalda einbeitingu og vinna á undirmeðvitundarstigi. Leyfðu mér að útskýra þetta betur.

Á þínum griðastað ertu laus við alla streitu og neikvæðni. Þetta er eins og þitt innra athvarf. Frá þessum stað í huga þínum geturðu unnið að öllum þínum breytingum og markmiðum, og ef þú þarft pásu frá því að vinna í undirmeðvitundinni, þá getur þú tekið þér hlé og farið aftur á þinn griðastað. Griðastaðurinn þinn er líka einhversstaðar þar sem þú getur endurhlaðið orkuna þína eða hvað sem þú villt kall það: sjálfsálit, sjálfstraust, orka, hlátur, gleði. Allt sem er jákvætt og gott fyrir þig.

Ástæðan fyrir því að við mælum með því að setja upp griðastað í dáleiðslu, er til að hjálpa eða leiðbeina skjólstæðingi þínum inn á griðastaðinn sem hann / hún vissu ekki að væri þarna, og er bæði þér til þæginda og líka skjólstæðings þíns.

Þegar þú vinnur frá þessum griðastað, getur þú tekið skjólstæðing þinn frá griðastaðnum inn á vinnusvæðið þar sem breytingarnar eiga að gerast í huga viðkomandi. Ef þú sérð að hann/hún eru í erfiðleikum tilfinningalega í dáleiðslunni og þurfa að fá smá pásu, þá getur þú boðið honum/henni að fara aftur í griðastaðinn í nokkrar mínútur til að endurheimta orku og halda síðan áfram að vinna að markmiðum sínum. Þetta er líka staðurinn sem ég fer með mína skjólstæðinga á. Þetta hjálpar þeim að slaka enn meira á og verða tilbúnari að skoða undirmeðvitundina sína. Þetta getur verið myndlíking eins og griðastaður sem skjólstæðingur þekkir þá og þegar, eða ímyndaður listagarður eða orkustaður. Þú og þinn skjólstæðingur ákveðið í sameiningu hvaða staður er bestur. Mundu bara að spyrja áður en þú ferð með einhvern á stað eins og strönd eða á stað í mikilli hæð vegna þess að honum/henni líkar það kannski ekki.

Það sem einum finnst skemmtilegt getur öðrum funndist skelfilegt.

Ég mæli með því við mína skjólstæðinga að velja griðastað annars staðar en heima. Bara svo þeir geti öðlast sína eigin hugarró þar sem enginn er að biðja þá um að gera neitt.

Þetta er staður sem er þeirra og bara þeirra og það hjálpar þínum skjólstæðingum að breyta hugsunum sínum. Ef þú ert alltaf í sama umhverfi, hvernig getur þú fengið aðra og nýja niðurstöðu?

Besta leiðin til að skapa griðastað er að rifja upp tíma þar sem þér fannst þú vera örugg(ur).

Losaðu um þessa tilfinningu og reyndu svo að endurheimta þessa tilfinningu frá eins mörgum hliðum og þú getur (sjón, heyrn, snerting, bragð og lykt).

Hvernig á að nota upplýsingar úr forviðtali.

Forviðtalið er eins og samningur milli þín og skjólstæðings þíns. Í forviðtalinu segir skjólstæðingurinn þér hverju honum/henni langar að breyta og hvað það er sem þau vilja breyta. Með þessum upplýsingum færðu leiðarvísi til að leiðbeina þeim á þann stað þar sem árangur næst og hjálpa þeim að fjarlægja allar hindranir þeirri í leiðinni.

Forviðtalið er eins og þú sért að kortleggja leiðina að markmiðinu. Hér hefur þú spurt spurninga til að finna út hvernig þú getur best hjálpað skjólstlæðingi þínum, og þetta er líka eins og samkomulag um að kanna þennan hluta undirmeðvitundarinnar. Ég reyni alltaf að vera innan þess ramma sem skjólstæðingur minn hefur talað um í forviðtalinu og fara ekki út fyrir þann ramma. Leyfðu mér að gefa þér dæmi.

Jón kemur til þín til að hætta að reykja og í forviðtalinu segir hann þér að hann reyki alltaf þegar hann sé stressaður. Hér færðu ábendingu um að þú gætir líka þurft að vinna með streitustjórnun til að hjálpa Jóni að hætta að reykja. En þetta gefur þér ekki leyfi til að vinna með þyngdarstjórnun jafnvel þótt Jón þyrfti að losna við nokkur kíló að þínu mati.

Hver er munurinn á sjálfs-dáleiðslu og meðferðardáleiðslu ?

Í sjálfsdáleiðslu ertu að nota dáleiðslu í eigin þágu. Með þessu geturðu slakað á og kannað undirmeðvitund þína til að finna lausnir fyrir eigin ávinning. Það er ekki eins og þú sért að taka þig sjálfa í meðferð, en þú getur notað dáleiðslu til að losa um þinn innri kraft og efla vellíðan þína og hamingju.

Skoraðu á hugsunina þína ef hugsunin þín er að trufla þig. Skoðaðu hugsunina til að sjá hina hliðina á vandanum og athugaðu hvort þú getur fært hugsunina á nýjan stað og breytt henni til hins betra. Þú getur notað sömu tækni og þegar þú dáleiðir einhvern annan, með því að nota símann þinn til að taka upp sjálfan þig og leiðbeina þér sjálfum dýpra inn í dáleiðslu. Einfaldlega gerðu handrit fyrir þig sjálfa(n) og taktu það upp á símann þinn. Þetta er líka góð leið til að heyra hvernig röddin þín hljómar og hvernig innleiðingin og dýpkunin þín virkar. Ef þetta virkar vel fyrir þig, þá mun það mjög líklega virka vel fyrir aðra líka.

Í meðferðardáleiðslu notar þú markmið þinna skjólstæðinga og vinnur með þeirra vandamál, jafnvel þótt það sé eitthvað sem þú myndir ekki kalla vandamál sjálfur.

Hér ertu að mæta þínum skjólstæðingi á hans forsendum án fordóma.

Hver einasti skjólstæðingur sem kemur á dáleiðslustofuna þína hefur sinn bakgrunn og sögu.

Fólk kemur í dáleiðslumeðferðir til að breyta einhverju í sínum huga. Þeir / þau vilja finna nýja leið til að gera hlutina og leita lausna til að líða betur með margt sem hefur verið að trufla þeirra hugarró. Í dáleiðslumeðferðum, er allt byggt á forvitalinu, og það er dáleiðarinn sem leiðir dáleiðsluna og finnur bestu vegferðina sem fær er fyrir skjólstæðinginn.

Kalla til baka úr dáleiðslu.

Í lok hvers dáleiðslu tíma er ákveðin aðferð notuð til að ná viðkomandi til baka úr dáleiðslunni.

Þegar þú ert að kallar skjólstæðing þinn til baka úr dáleiðslu, eru nokkrar leiðir til að gera það. Algengasta leiðin er að telja frá 1 til 5 eða 1 til 10. Það er mikilvægt að hafa í huga að það getur verið óþægilegt að koma til baka of hratt. Þér líður örugglega betur með að vakna hægt og rólega af ljúfum svefni. Sama á við í dáleiðslu.

Að koma til baka hægt og rólega er miklu notalegra, því það er svo ljúft að koma til baka úr dáleiðslu. Ekki flýta þér. Taktu þér góðan tíma. Láttu þetta taka að minnsta kosti 45 - 60 sekúndur.

Mín reynsla er sú að það tekur 2 - 4 mínútur að vera alveg vakandi. Það er svo notarlegt að koma til baka úr dáleiðslu því þér líður svo vel og ert svo róleg(ur) að þú vilt gjarnan vera aðeins lengur í þessari ró, sem er fínt. Einnig er gott að muna hvernig þér líður þegar þú kemur úr dáleiðslunni því slökunin er svo ljúf. Þú getur farið þangað aftur hvenær sem þú vilt. Þú getur framkallað tilfinninguna þegar þú vilt slaka á eða þegar þú ferð að sofa í kvöldin.

Eins og ég sagði áðan er algengasta aðferðin að telja frá einum til fimm. Þú hækkar röddina örlítið, hefur röddina ákveðnari og eykur aðeins hraðann á þínu talaða máli. Þú ert að tala og sjólstæðingur þinn er bara að hlusta og bregðast við í huganum.

Áður en þú kallar skjólstæðing þinn til baka úr dáleiðslunni, láttu þá vita hvað þú ætlar að gera, „Það er kominn tími til að koma til baka úr þessari dásamlegu dáleiðslu. Leyfðu þér að koma til baka í rólegheitunum

Við erum ekki að flýta okkur. Finndu kyrrðina innra með þér og leggðu hana á minnið. Þá getur þú farðu aftur þangað í huganum seinna þegar þú vilt, til dæmis þegar þú ætlar að fara að sofa."

Á þessum tímapunkti áttar fólk sig á hversu djúpt í dáleiðslu þau hafa verið og njóta þess að upplifa þessa djúpu og notalegu slökun sem dáleiðslan er.

Svo teljum við frá einum upp í fimm. Þú getur séð handritið yfir þessa aðferð í kaflanum Handrit aftar í bókinni.

Fyrsta sýn leggur línurnar

Í dáleiðslu gegnir umhverfið lykilhlutverki. Fyrsta upplifun af umhverfinu leggur línurnar og hefur áhrif á þinn skjólstæðing. Honum/henni þarf að líða vel og finna að hann/hún geti treyst þér og þar hefur móttakan og umhverfið mikið að segja.

Hvernig þú tekur á móti skjólstæðingi þínum er líka mikilvægt. Það er sagt að við dæmum fólk og umhverfi á fyrstu 10 sekúndunum. Það er þegar við tökum ákvörðun um það sem okkur finnst. Það er mikilvægt að standast væntingar þeirra sem til okkar leita.

Skrifstofan þín verður að vera hrein, notaleg og í ljósum, mjúkum litum svo það sé notalegt að koma þarna inn.

Lýsingin í herberginu verður að vera nægileg og þægileg og umhverfið verður að vera aðlaðandi svo skjólstæðingi þínum líði vel þegar þeir/þau koma inn. Skrifstofa þarf að hafa viðeigandi húsgögn fyrir vinnuna þína, svo sem borð og stóla þar sem þú getur tekið forviðtalið fyrir dáleiðsluna. Nauðsynlegt er að hafa góðan stól fyrir viðskiptavininn og annan stóll fyrir dáleiðarann. Sumir nota sófa/bekk.

Það er gott og einnig traustvekjandi að hafa prófskírteini og starfsleyfi á veggnum fyrir skjólstæðinga þína að lesa.

Klæðaburður þinn er líka mikilvægur. Vera með hreinar hendur, klæðast hreinum fötum og vera klæddur á viðeigandi máta. Ekki nota of mikið ilmvatn eða rakspýra því það getur valdið óþægindum eða ofnæmisviðbrögðum hjá skjólstæðingi. Best er að nota sem minnst af þessu. Lykt af ýmsu tagi getur verið óþægileg fyrir skjólstæðing þinn og getur haft áhrif á hvernig honum líður. Hrein og þægileg skrifstofa er griðastaður.

Hvað er IDMR

IDMR stendur fyrir Ideomotor response, og það er þegar þú færð svör frá þínum skjólstæðingi með táknmáli frá fingrunum. Í þessu tilviki gefur einn fingur til kynna svarið Já, annar fingur gefur til kynna svarið Nei, og þriðji fingur gefur til kynna að ég veit ekki, eða ég vil ekki svara þessari spurningu.

Þetta er eitthvað sem þú getur beðið undirmeðvitundina um að svara þegar þú hefur lokið innleiðingu og dýpkun í dáleiðslunni. Hérna gætir þú notað spurningar eins og: „Ég vil biðja undirmeðvitundina að gefa mér merki með því að lyfta upp einum fingri til að gefa til kynna svarið JÁ." Hér mun einn fingur lyftast. Þú skrifar það niður í athugasemdum þínum. Svo endurtekur þú spurninguna en núna fyrir svarið Nei. Fyrir þriðja fingur, getur þú sagt "og fyrir 3 fingurinn sem myndi gefa til kynna svarið „ég veit ekki eða vill ekki svara sem er líka fullgilt svar". Svo það eru þessir 3 fingurnir sem munu svara þeim spurningum sem þú ætlar að spyrja um eða gætir spurt um.

Þú getur notað þetta í stað þess að láta skjólstæðing þinn tala upphátt í dáleiðslunni. Ég set alltaf upp IDMR vegna þess að ef það er munur á fingramerkjum og hinu talaða orði, hlusta ég frekar á táknmálið en hið talaða orð og það er vegna þess að það er líklegra að undirmeðvitundin segi satt.

Reglur hugans

Reglur hugans (eins og Charles Tebbetts kenndi) eru útskýrðar í 11. kafla, The Art of Hypnosis, eftir Roy Hunter.

1. Sérhver hugsun eða hugmynd veldur líkamlegum viðbrögðum.
2. Það sem búist er við hefur tilhneigingu til að verða að veruleika. Þetta er einnig kallað lögmál væntinga.
3. Ímyndunaraflið er öflugra en þekkingin þegar um er að ræða hugann. Með öðrum orðum: Hvenær sem ímyndunaraflið og rökin stangast á, þá vinnur ímyndunaraflið venjulega. Þetta er einnig kallað átakalögmálið.
4. Andstæðum hugmyndum getur ekki verið haldið fram á sama tíma
5. Þegar hugmynd hefur verið samþykkt af undirmeðvitundinni stendur hún þar, þar til henni er skipt út fyrir aðra hugmynd. Fylgireglan við þetta er: Því lengur sem hugmyndin er, því meiri mótstaða er við að skipta henni út fyrir nýja hugmynd.
6. Sjúkdómseinkenni sem eru framkölluð af tilfinningum, hafa tilhneigingu til að valda

líffræðilegum breytingum ef þær er óáreittar nógu lengi.

7. Hver tillaga sem unnið er með skapar minni mótspyrnu við næstu og næstu tillögur. Þetta má líka kalla þetta regluna um samsettar tillögur - og er ástæðan fyrir því að sviðs dáleiðslur eru oft vel heppnaðar.
8. Þegar tekist er á við undirmeðvitundina og hlutverk hennar, þá er því meiri sem meðvitundin eða meðvitaði hugurinn vinnur, því minna bregst undirmeðvitundin við. Notaðu setningar eins og „ Leyfðu þessu að gerast „ frekar en að reyna að þvinga fram breytingu með „ láttu þetta gerast „

Vertu innan þekkingar þinnar, getu og áhuga

Þegar þú dáleiðir þarftu að vinna innan þekkingu þinni, getu og áhuga. Ekki ofgera hlutunum. Til dæmis, ef þú ert ekki sáttur við að vinna með ungum börnum, þá mæli ég ekki með að þú takir ung börn í dáleiðslu, vegna þess að ef það gengur ekki vel af einhverjum ástæðum þá ertu líklegri til að missa sjálfstraustið til að reyna aftur og fara þá aðra leið að markinu.

Það er mjög gott að fara ekki of langt út fyrir þægindarammann, vera innan þinnar þekkingar og ekki fara flóknar leiðir í þessum fyrstu skrefum. Það er allt í lagi að búa til eigin ramma og setja markmið. Það getur verið gott að rifja upp rammann árlega til að sjá hvort eitthvað hafi breyst í þínum huga sem bendir til þess að þú gæti útvíkkað aldurshópinn og markhópinn miðað við það sem þú hefur þá og þegar verið að gera. Það er engin skylda að taka við skjólstæðingum sem þú treystir þér ekki til dáleiða eða sem þér líður ekki vel með að dáleiða. Hlustaðu á innsæi þitt og treystu því sem undirmeðvitund þín segir þér.

Góð leið til að takast á við þetta, er að þekkja einhvern sem er líka að dáleiða svo þú getir vísað þeim skjólstæðingum sem þú treystir þér ekki til að dáleiða áfram til einhvers annars dáleiðara. Gefðu allavega því fólki sem kemur til þín von þó þú getir ekki veitt þeim meðferð eða dáleiðslu að þessu sinni.

Allt sem nefnt er í þessum kafla er það sem þú þarft að vita áður en þú dáleiðir einhvern. Ef það er eitthvað sem þú skilur ekki, vinsamlegast lestu aftur kaflann sem snýr að því efni.

8. Kafli

Tungumál undirmeðvitundar

Í þessum kafla munum við tala um tungumál undirmeðvitundarinnar. Við munum líka gera samantekt á nokkrum af þeim aðferðum sem áður hefur verið fjallað um.

Tungumál undirmeðvitundarinnar.

Undirmeðvitundin er öflugt kerfi sem heldur öllu gangandi í lífi þínu. Undirmeðvitund er gagnagrunnur fyrir allt sem er ekki í meðvitundinni þinni. Undirmeðvitund stjórnar öllu sem er ómeðvitað. Hún gerir engan greinarmun milli veruleika og ímyndunar. Undirmeðvitundin notar tákn, myndir og myndlíkingar til að vinna með og framkvæma hugmyndir. Undirmeðvitundin notar ímyndunarafl og tilfinningar til að sinna starfi sínu.

Undirmeðvitundin er eins og harði diskurinn í tölvunni þinni. Hún heldur utan um allt sem þú trúir á, allar minningar, reynslu, færni og hæfileika. Allt sem þú getur séð, gert og hugsað

Undirmeðvitundin vill þér allt það besta og að þér vegni vel, dafnir og blómstrir. Þetta er þinn hugur. Stundum er það eins og líkaminn bregðist við einhverju sem viðkomandi vill ekki. Þá þarf að endurstilla hugann til að leiðrétta hugsanir sem hafa verið að valda vandanum. Við hugsum meira en 1000 orð á mínútu, svo það sem við hugsum er mikilvægt þegar við endurforritum hugsanir okkar og hugarfar.

Við höfum nú farið yfir mikið efni. Í þessum kafla ætlum við að setja allt í samhengi, frá forviðtali til loka dáleiðslutímanns. Við ætlum að sýna hvernig allt smellur saman eins og áður hefur verið útskýrt.

Þar sem þekking eftir lestur þessarar bókar er frekar grunnur eða alla vega ekki mjög djúpur, þá ætlum við að fara í gegnum eina dáleiðslu frá upphafi til enda til að efla sjálfstraust, hamingju og vellíðan.

Forviðtalið

Spurningar sem þú getur spurt til að undirbúa komandi dáleiðslu fyrir þá sem vilja auka sjálfstraust og efla hamingju og vellíðan.

1. Hvað finnst þér sjálfstraust vera fyrir þér?
2. Ef þú hefðir töfrasprota og gætir breytt öllu því sem þú vildir breyta í þínum huga til þess að efla sjálfstraustið þitt og hamingju, hverju myndir þú breyta?
3. Hvernig myndi líf þitt líta út ef þú fengir þessar óskir uppfylltar?
4. Á skalanum frá 1 - 10 hvar myndir þú staðsetja þig varðandi sjálfstraust þitt? Hvar myndir þú vilja vera staðsett(ur)?
5. Hvar væri eðlilegt fyrir þig að vera á þessum skala ?
6. Hvernig myndi 10 á þessum sjálfstrausts skala líta út fyrir þér ?
7. Væri það eftirsóknarvert fyrir þig að vera þar ?

8. Er eitthvað meðvitað sem stendur í vegi fyrir þér við að upplifa sjálfstraust og hamingju ? (byggt á spurningu 2)
9. Ertu tilbúinn til að skoða aðrar lausnir sem koma upp í hugann eða það sem undirmeðvitundin gæti komið með til þín ?
10. Ertu með einhverjar spurningar sem þú vilt spyrja mig?
11. Hvernig notar þú ímyndunaraflið þitt? Leyfum okkur að prufa það: Geturðu farið heim til þín í huganum og horft á útidyrnar heima hjá þér ? Getur þú séð hvoru megin hurðarhúninn er? (við erum að skoða hversu öflugt ímyndunaraflið þitt er og hvernig ímyndunarafl er að sýna þér hluti í huganum.)
12. Hvernig upplifir þú skilaboð frá undirmeðvitundinni? Sérðu liti, heyrirðu hljóð...?

Skrifaðu niður svörin við þessum spurningum og notaðu svörin í dáleiðslunni,og frá þessum svörum hefur þú leiðbeingar fyrir dáleiðslutímann. Þetta er gert í byrjun hvers dáleiðslutíma. Það er að útskýrðu hvað dáleiðsla er (sjá fremst í bókinni) og hver það er sem hefur stjórnina í dáleiðslunni sjálfri (sá sem er dáleiddur er alltaf sjálfur við stjórn).

Dáleiðsla er náttúrulegt ástand sem við förum í oft á dag án þess að kalla það dáleiðslu. Dáleiðsla er í raun mjög djúp slökun og í þessari djúpu slökun erum við að stilla í undirmeðvitundinni hluti sem við viljum breyta. Hvort sem það er til að breyta einhverjum ávana, eða til að losa um innri kraft sem við viljum nálgast, því dáleiðsla er lykillinn að minningarbankanum okkar. Sumt er aðgengilegt okkur og annað ekki. Það er undirmeðvitundin okkar sem stjórnar þessu öllu.

Við höfum rætt um að hugur okkar skiptist í meðvitund og undirmeðvitund. Meðvitundin er 10% af huganum okkar og undirmeðvitundin er 90% af huganum okkar. Á meðan hinn meðvitaði hugur okkar stjórnar öllu sem við gerum meðvitað, ákveðum og skipuleggjum fyrirfram, þá stjórnar undirmeðvitundin öllu sem er ómeðvitað, og þar með allri okkar líkamsstarfsemi, frá A - Ö.

Þetta þýðir einfaldlega að ef þú vilt gera breytingar með því að nota eingöngu meðvitaðan huga, þá hefurð þú 10% líkur á að ná árangri. En ef þú notar undirmeðvitundina, þá eru líkurnar 90% við að ná árangri. Í dáleiðslu notarðu bæði 10% + 90% sem er = 100%.

En á milli meðvitundar og undirmeðvitundar er sía sem tryggir að áreitið verði ekki of mikið fyrir undirmeðvitundina. Og það er hinn gagnrýni hugurinn. Hinn gagnrýni hugur síar það sem skiptir máli og það sem skiptir ekki máli.

Þetta þýðir að þú tekur aðeins eftir hlutum sem henta þér og þínum hugsunum.

Í dáleiðslunni virkjum við hinn meðvitaða huga og ómeðvitað reynum við að vinna í átt að 100% árangri.

Núna er kominn tími til að setjast í dáleiðslustólinn og hefja sjálfa dáleiðsluna.

Innleiðing

Annað hugtak sem við höfum rætt er innleiðing. Í innleiðingu getur þú notað framsækna slökun (*Progressive Relaxaton)* á öllum líkamanum , huglæga afvegaleiðingu (Mental Misdirection) , eða Hugar rugling (Mental Confusion). Að þessu sinni ætlum við að nota Pregressive Relaxation = framsækna slökun á öllum líkamanum.

Í upphafi dáleiðslunnar gætir þú sagt :

„Ég ætla að biðja þig að draga djúpt inn andann og þegar þú andar frá þér, leyfðu augunum að lokast. Núna ætlar þú að taka aftur djúpt inn andann með augun lokuð og þegar þú andar frá þér leyfðu þá öllu stressi of amstri dagsins að líða frá þér.

Ég ætla að biðja þig um að koma með alla athyglina þína að augnsvæðinu þínu. Svæðið í kring um augun er fullt af litlum vöðvum. Ég ætla að biðja þig um að ímynda þér að í hvert sinn sem þú andar frá þér, í venjulegri öndun, þá slaknar á þessum litlu vöðvum, algerlega. Þú gætir fundið er að augnlokin verða þyngri og þyngri og þau verða svo þung að þú getur ekki opnað augun, og þig langar ekki til að opna augun. Þér líður bara mjög vel með að hafa augun lokuð."

„Leyfðu slökuninni í augunum þínum að ná upp í enni og niður til hinna vöðvana í

andlitinu. Leyfðu þessari slökun að ná til vöðvana á hálsinum þínum, niður í axlir / herðar. Ef þú finnur fyrir vöðvaspennu þarna í hálsinum og öxlunum skaltu leyfa þér að blása því í burtu. Þannig að það er ekkert sem hindrar þig í að slaka á eins mikið og þú ert tilbúin til að gera.

Leyfðu slökuninni að fara niður í handleggi og hendur, fara í gegnum búksvæðið, niður í fætur og alla leið niður á tær. Akkúrat núna er enginn að biðja um neitt frá þér, enginn er að ætlast til neins af þér. Þetta er bara þín stund til að slakaðu á og njóta. Þar sem við erum hér í skrifstofuhúsnæði geturðu kannski heyrt í fólki

tala saman fyrir framan hurðina og þú getur heyrt hurðir opnast og lokast á skrifstofunum kring um okkur. Þetta eru hljóð sem trufla þig alls ekki neitt. Þú munt alltaf heyra röddina mína, en önnur hljóð trufla þig alls ekki neitt. Það eina sem þessi hljóð úr umhverfinu geta gert fyrir þig er að hjálpa þér að fara enn dýpra í dáleiðsluna."

Dýpkun

Eins og áður hefur verið rætt um, þegar við notum dýpkun, þá notum við tölur. Dáleiðarinn telur afturábak frá 10 niður í 0.

Þegar talið er til afturábak í dýpkun er góð regla að taka eftir öndun skjólsæðingsins. Til að tryggja að þú sért að telja á réttum hraða þá skaltu segja nýja tölu við hverja útöndun. Það er góð leið að stefna að fyrirfram ákveðnum stað í dýpkuninni, td á örugga staðinn, griðastaðinn, eða listagarðinn. Þetta auðveldar skjólstæðingnum að stefna í rétta átt, í átt breytinga með aukinni athygli, frekar en að vonast eftir breytingum án ákveðinnar stefnu sem verið er að sækjast eftir. Þar sem stefnan er sett á breytingu, er gott að stefna að nýjum stað, en ekki á fyrirfram ákveðinn stað.

„Nú ætla ég að telja aftur á bak frá 10 niður í 1, og með hverri tölu sem ég tel, þú slakar þú meira og meira á. Með hverri tölu sem ég nefni kemstu nær þínum örugga stað þínum griðastað„

10, - 9 ferð dýpra og dýpra inn í slökunina og slaka meira og meira á

8, -7 allar áhyggjur gufa upp

6, 5 þú ert hálfnaður/hálfnuð á þinn örugga stað. Þú gætir séð glitta í griðastaðinn núna.

Myndin verður skýrari og skýrari með hverri tölu.

4. slakar meira og meira á og um leið og þú slakar á þá verður griðastaðurinn skýrari.

3 þú sérð hann í skýrari mynd og slakar enn meira á

2. 1. Leyfðu þér að stiga inn í þinn fallega griðastað / listigarð. Leyfðu þér að fara inn á þinn örugga stað / griðarstað, í alla dýrðina og þægindin.

IMDR (Ideomotor response)

Í IMDR seturðu upp fingramál og biður skjólstæðinginn að velja hvaða fingur merkir hvaða svar.

Já, nei, veit ekki/vil ekki svara. Hver fingur mun gefa til kynna svar (hér ertu að nota þrjá fingur). Síðan spyrðu skjólstæðinginn þinn eftir að hann eða hún er kominn á sinn örugga stað /griðastaðinn.

Fyrsta spurningin sem þú spyrð þinn skjólstæðing er :" Ertu komin á örugga staðinn þinn/ griðastaðinn? „

Svarið sem þú getur fernigið gæti verið Já, Nei, Veit ekki / vill ekki svara . Ef þú færð svarið Já þá heldur þu áfram með „Spurningu 2 „ en ef þú færð svarið NEI eða VEIT EKKI þá ferðu í „spurningu 3"

Spurning 2 - Finndu einhvern stað á griðastaðnum þínum sem er hárrétti staðurinn fyrir þig til að vinna á, staður þar sem þú getur slakað á og þar sem þér líður vel. Gefðu mér merki með JÁ fingri þegar þú hefur fundið rétta staðinn fyrir þig til að byrja að vinna."

Þegar fingurinn sem merkir JÁ lyftist, þá getur þú haldið áfram.

Í raun er þetta punkturinn þar sem meðferðin byrjar. Þú munt byrja að vinna útfrá þeim punktunum sem komu fram í forviðtalinu.

Ef svarið er Nei :

Spurning 3 - Í hvaða þrepi stigans ertu núna? Þú getur talað í þessari djúpu slökun/dáleiðslu, og þú slakar jafnvel enn betur á þegar þú heyrir þína eigin rödd.

Og samtalið munu leiða þig áfram héðan í frá.

Það er góð regla þegar þú telur afturábak í dýpkun að taka eftir öndun skjólstæðingsins . Taktu eftir önduninni og komdu með nýtt númer við hverja útöndun til að vera viss um að hraðinn á talningunni sé réttur.

Síðan spyrjum við „Spurningu 2" aftur og vonandi færðu núna svarið JÁ. Ef skjólstæðingur þinn er ekki að finna neinn stað í huganum þá ættir þú að hjálpa honum/henni með því að biðja hann/hana að finna uppáhalds staðinn sinn í huganum þar sem hann/hún finnur alltaf vellíðan og bjartsýni, er sterk(ur) og tilbúin til breytinga.

Meðferð

Hér ertu að nota svörin sem þú fékkst í forviðtalinu í upphafi tímans. Þau svör eru leiðarvísir þinn eða kort fyrir næstu skref í meðferðinni.

Þegar þú hefur svörin, þá veistu hvað skjólstæðingurinn þinn vill vinna með í þessari dáleiðslu. Efla sjálfstraustið og stuðla að hamingju og vellíðan.

Hér koma spurningarnar og möguleg svör.

1. Hvað er sjálfstraust fyrir þér ? (láttu skjólstæðing skýra það út fyrir þér)
   Svar: Að ég standi með sjálfri/sjáfum mér í öllum aðstæðum.
2. Ef þú hefðir töfrasprota og gætir breytt öllu sem þú vildir breyta í þínum huga, varðandi að efla sjálfstraustið þitt og hamingju, hverju myndir þú breyta?
   Svar: Frelsi - möguleikan að vera ekki hræddur/hrædd við að segja það sem ég hugsa.
3. Hvernig liti líf þitt út ef þessar óskir væru uppfylltar?
   Svar: (Hér fengir þú mynd af markmiðinu)

4. Ef þú gætir staðsett þig á skalanum 1 – 10 á sjálfstraust skala, hvar værir þú staddur/stödd ?

   Svar: 4

5. Hvar væri eðlilegt fyrir þér að vera á þessum skala?

   Svar: 7 eða 8 og jafnvel 9 í sumum aðstæðum.

6. Hvernig myndi 10 á sjálfstraust skalanum líta út fyrir þér ?

   Svar: 10 myndi vera eins og: Ekkert sem stoppar mig. Ég væri ekki með innri gagnrýnis raddir sem væru að brjóta mig niður. Ég væri sjálfsöruggur / sjálfsörugg og ég get gert það sem mig langar til að gera án þess að vaða yfir aðra. Ég myndi hafa gaman af þvi að koma fram, gaman af að geta gert þetta allt .

7. Er það eftirsóknarvert fyrir þig að vera þarna?

   Svar: Nei kannski ekki 10 en 7 – 8 á venjulegum degi og í sumum aðstæðum myndi ég vilja vera 9 þegar ég væri að koma fram fyrir framan fullt af fólki.

8. Er það eitthvað meðvitað sem er að halda aftur af þér við að upplifa sjálfstraust og hamingju ? (byggt á sp 2)

   Svar : Nei ég held ekki ég er bara feiminn og hræddur/hrædd um að það sem ég segi gæti látið mig lita út fyrir að vera vitlausan/vitlausa eða heimskan/heimska.

9. Ertu tilbúin að skoða aðrar lausnir sem koma í hugann eða það sem undirmeðvitundin þín gæti komið með til þín?

   Svar: Já

10. Ertu með einhverjar spurningar sem þig langar að spyrja mig að?

    Svar: Nei ég held ekki

11. Hversu vel gengur þér að nota ímyndunaraflið þitt - að sjá fyrir þér?

    Svar: Vel held ég. Í raun veit ég það ekki.

12. Við skulum prufa það : Getur þú farið heim til þín í huganum og horft á útidyrnar heima hjá þér ? Getur þú séð hvoru megin á hurðinni hurðarhúnninn er? (við erum að skoða hversu öflugt ímyndunaraflið þitt er og hvernig ímynduaraflið sýnir þér hlutina í þínum huga)

    Svar: Hann er hægra megin og hurðin mín er græn með litlum gluggum vinstra megin.

13. Hvernig upplifir þú skilaboð frá undirmeðvitundinni þinni? Sérðu liti, heyrir þú hljóð.....

Svar: Ég sé liti þegar ég var að horfa á útidyrnar áðan en ég finn líka tilfinninguna sem tengist ímyndunaraflinu.

Meðferðin sjálf með svörum frá forsviðtali.

„ Mig langar að spyrja umdirmeðvitundina hvort hún vissi af því að Díöna langar að gera breytingar til að efla sjálfstraustið og hamingjuna sína? „Er undirmeðvitundin tilbúin til að bregaðst við með því að gefa mér merki með viðeigandi fingri?"

Svarið gæti verið Já, Nei, eða veit ekki - vill ekki svara.

Ef Já þá segir þú:

„Getur þú hjálpað honum/henni þannig að úkoman verði nákvæmlega eins og hann/hún vill?"

Ef svarið er Nei þá útskýra fyrir undirmeðvitundinni hvað Díana sagði sem svar við fyrstu spurningunni: Hvað er sjálfstraust fyrir þér ? Og hennar útskýringar við þeirri spurningu.

Díana vill auka sjálftraustið og hamingjuna til að finna fyrir meira frelsi og að vera ekki hrædd við að segja það sem henni finnst. Hún vill hætta að tala sjálfa sig niður eins og hún hefur verið að gera. „

Getur þú hjálpað henni að ná þessum markmiðum?

Á þessum tímapunkti ætti svarið að vera JÁ.

Ef svarið er „ Ég veit það ekki / Ég vill ekki svara „ þá endurorða spurninguna og spyrja aftur.

Síðan :

„ Getur þú gert þetta fyrir Díönu núna ? Getur þú hjálpað henni að auka sjálfstraustið upp í 7 – 8 á skalanum 1 – 10 og líka auka hamingjuna. Veistu hvernig þú getur þert þetta ? JÁ.

Þá langar mig að biðja þig að laga þetta fyrir Diönu núna og gefa mér merki með JÁ fingri þegar verkinu er lokið."

Síðan bíður þú eftir skilaboðum frá undirmeðvitundinni .

Ef biðin er lengir en 1 - 2 mínútur þá spyrja: „ Er undirmeðvitundin enn að vinna ? Þarftu lengri tíma ? „

Ef það kemur JÁ fingurmerki sem svar, þá þakkaðu undirmeðvitundinni fyrir sína vinnu.

Bíótjaldið

„Nú þegar breytingarnar hafa átt sér stað, finnst þér þessar breytingar vera eðlilegar fyrir þig? Undirmeðvitundin hefur endurstillt sig og byggt á markmiðunum sem þú settir fram áðan, og nú geturðu séð ef þetta er eins og þú vilt hafa það héðan í frá.

Ímyndaðu þér bíótjald inni á örugga staðnum þínum. Sjáðu stóra bíótjaldið fyrir framan þig.

Nú þegar undirmeðvitundin hefur endurstillt sjálfstraustið þitt og hamingjuna þá vil ég vertu viss um að stillingarnar séu réttar fyrir þig og í samræmi við markmiðin þín og drauma. Byggt á þeim markmiðum sem þú settir þér þegar þú sveiflaðir töfrasprotanum í huganum þínum.

Ég ætla að biðja þig að ímynda þér að bíótjald birtist fyrir framan þig með
mynd þar sem þú ert aðalpersónan, og þetta er eftir að undirmeðvitundin hefur sett upp allt kerfið fyrir þig.

Ég ætla að biðja þig að ýta á „play" hnappinn þegar þú ert tilbúinn. Þú munt sjá hvaða breytingar hafa átt sér stað varðandi hluti sem voru þér erfiðir áður. Þetta munu allt vera miklu auðveldari núna.

Þegar þú sérð myndina geturðu fundið fyrir tilfinningum, og þegar myndin er búin, þá getur þú gefið mér merki með JÁ fingri - ekki fyrr."

Næsta spurning eftir að hafa svarað með JÁ fingri:

„Voru stillingarnar í lagi?"

Möguleg svör geta verið: Já, nei, eða ég veit það ekki.

Ef þú færð annað svar en JÁ, þarftu að endurtaka skrefin þar sem þú segir undirmeðvitundinni hversu mikinn ávinning þinn skjólstæðingur fengi ef þetta væri lagað fyrir hann.

Það að setja hlutina í samhengi ætti að vera nóg til að laga hlutina varanlega fyrir þinn skjólstæðing. Eftir þetta geturðu endurtekið skrefið með kvikmyndatjaldinu og séð hvernig hlutirnir eru núna. Þú getur haldið áfram þegar þú veist að breytingin sem gerð var sé í takt við markmiðin og ósk þíns skjólstæðings.

Síðan biður þú undirmeðvitundina að staðfesta að þessi breyting sé komin til að vera.

Að kalla til baka úr dáleiðslu

Eins og áður hefur komið fram þá er þetta ferlið til að koma skjólstæðingi aftur til baka úr dáleiðslu og að vera í glað-vakandi ástand.

„Nú ætla ég að kalla þig til baka úr dáleiðslunni. Þetta geri ég með því að telja frá

1 til 5.

1. þú ferð að koma hægt og rólega til baka
2. þú ferð að vera meðvituð/aður um umhverfi þitt
3. þú byrjar að hreyfa fingur og tær
4. þegar þú ferð út i umferðina á eftir verður einbeitingin í fullkomnu lagi
5. þú opnar augun á þeim hraða sem hentar þér, glaðvakandi og endurnærð(ur) og full af orku.

9. Kafli

Meðferðir

Í þessum kafla lærir þú um meðferðir í dáleiðslu. Þú munt líka læra Reglur huganns eins og Charles Tebbetts kenndi þær. Að lokum munum við ræða þessar dáleiðsluaðferðir: Regression (fara aftur í tímann), Past life regression (fyrri lífs dáleiðslu) Parts therapy (Þátta meðferð) Ego state (líkt þáttameðferð en önnur nálgun) Subliminal therapy (samræður við kjarnan) Ericksonian dáleiðslu (byggðar á sögum og óbeinum tillögum) Progression (fara fram í tímann í huganum) og Spinning.

Meðferð

Dáleiðslumeðferðin er sú athöfn að framkalla trans hugarástand af dáleiðara. Þegar þetta gerist, verður skjólstæðingur opnari fyrir tillögum. Dáleiðarinn getur notað mismunandi aðferðir, svo sem beina athyglinni á ákveðinn stað, eða auka einbeitingu að einhverju, og auka slökun til hjálpa skjólstæðingum að sigrast á ákveðnum sálfræðilegum aðstæðum. Þess vegna getur dáleiðslumeðferð hjálpað fólki að breyta ákveðinni hegðun, eins og að hætta að reykja eða hætta að naga neglur og fleira.

Dáleiðsla getur hjálpað þér að hreinsa hugann af neikvæðum hugsunum og svo miklu meira. Sjáðu kafla 1 um hvað dáleiðslu getur gert fyrir þig.

Reglur hugans

1. Sérhver hugsun eða hugmynd veldur líkamlegum viðbrögðum.
2. Það sem búist er við hefur tilhneigingu til að verða að veruleika. Þetta er einnig kallað lögmál væntinga.
3. Ímyndunaraflið er öflugra en þekkingin þegar um er að ræða hugann.

1. Með öðrum orðum: hvenær sem ímyndunaraflið og rökin stangast á, þá vinnur ímyndunin venjulega. Þetta er einnig kallað átakalögmálið.
4. Andstæðum hugmyndum getur ekki verið haldið fram á sama tíma.
5. Þegar hugmynd hefur verið samþykkt af undirmeðvitundinni stendur hún, þar til henni er skipt út fyrir aðra hugmynd. Fylgireglan við þetta er: því lengur sem hugmyndin er, því meiri mótstaða er við að skipta henni út fyrir nýja hugmynd.
6. Sjúkdómseinkenni sem eru framkölluð af tilfinningum, hafa tilhneigingu til að valda líffræðilegum breytingum ef þær er óáreittar nógu lengi.
7. Hver tillaga sem unnið er með skapar minni mótspyrnu við næstu og næstu tillögur. Þetta má líka kalla þetta regluna um samsettar tillögur - og er ástæðan fyrir því að sviðs dáleiðslur eru oft vel heppnaðar.
8. Þegar tekist er á við undirmeðvitundina og hlutverk hennar, þá er því meiri sem meðvitundin eða meðvitaði hugurinn vinnur, því minna bregst undirmeðvitundin við. Notaðu setningar eins og „ Leyfðu þessu að gerast „ frekar en að reyna að þvinga fram breytingu með „ láttu þetta til að gerast „

Regression (fara aftur í tíman í huganum)

Með þessari aðferð er skjólstæðingur leiddur afturábak í gegnum tímanns rás til að sjá hvort einhverjar minningarþættir séu byggðir á einhverjum misskilningi sem skjólstæðingurinn getur nú séð með sínum fullorðina huga og visku. Þessi aðferð þarfnast góðrar þjálfunar. Hér er meginhugmyndin sem dáleiðari þarf að hafa í huga að þú notar aðeins opnar spurningar eins og „Hvað gerist næst?", "Hvað ertu að upplifa?" o.s.frv. Þú ættir aldrei að draga neina ályktanir vegna þess að það getur valdið fölskum minningum hjá skjólstæðingi þínum. Þessi aðferð er góð þegar að skjólstæðingur er fastur í fortíðinni og er að reyna að komast að því hvers vegna hlutirnir eru eins og þeir eru.

Past life regression – Fyrri lífs dáleiðsla

Þetta er sama aðferð og við Regression, en eini munurinn er að þú leiðbeinir þínum skjólstæðingi í gegnum um æviskeiðið afturábak og yfir í fyrri líf. Það er ekki hægt að fullyrða neitt um að þetta sé raunverulega fyrri líf en ef þessi aðferð hjálpar þér eða skjólstæðingi þínum, þá er það aðalmálið.

Parts Therapy – þáttameðferð

Í þessari meðferð útskýrum við ágreininginn í undirmeðvitundinni sem hluta af þér sem er ekki að virka í samræmi við það sem þú óskir þér. Hér biðjum við vandamála þáttinn að útskýra sinn þátt og hvaða ávinning þessi hegðun er að gefa skjólstæðingi. Stundum er þetta til að öðlast eitthvað, eða til að breyta einhverri annarri hegðun sem skjólstæðingurinn hefur og þarf að bregðast við Þáttameðferð er algengt meðferðarform. Þú getur séð þetta þegar þú lest önnur dáleiðslu handrit.

Það eru margir þættir í þínum huga. Og hver þáttur stjórnar sínu hlutverki. Þegar unnið er að breytingum, þá tölum við beint við þættina og semjum við þá. Það geta verið þættir sem eru með og á móti þeim breytingum sem skjólstæðingurinn vill ná fram, og við verðum að vinna að samkomulagi þeirra á milli, til að fá þá niðurstöðu sem skjólstæðingur sækist eftir.

Ego state

Þessi aðferð er skyld bæði Parts therapy og Regression. Með þessari meðferð ertu að hjálpa skjólstæðingi þinum að komast að því, af hverju og hvers vegna þeim líður eins og þeim líður. Því er haldið fram að venjuleg manneskja hafi eða noti á milli 5 til 15 ego state í venjulegri viku.

Ego er meðvitund þín um "þig" innra með þér. Í egó-state-meðferð er aðaláherslan á þetta "ég" egó.

Þetta er eins og þáttameðferðin, en mismunurinn er sá að þú gegnir mörgum hlutverkum í lífi þínu, og hvernig þér líður og hvernig þú hegðar þér á tilteknu augnabliki fer eftir því hvaða hlutverki þú ert að gegna á þeim ákveðna tíma. Þú getur lesið meira um þessa aðferð í bókinni „Ego State Therapy" sem skrifuð er af Gordon Emmerson.

Subliminal Therapy/Yagerian Method

Þetta er aðferð þar sem þú biður undirmeðvitundina að hafa samskipti í gegnum eitthvað sem hægt er að skrifa á. Þú ert að tala við Centrum (kjarna hlutann í undirmeðvitundinni) til að fá leiðbeiningar frá Centrum (kjarnanum) og biðja hann um að finna nýjar lausnir á vandamálum sem eru að angra viðkomandi. „Centrum" er sá þáttur sem er í samskiptum við alla aðra þætti í undirmeðvitundinni og í þessari aðferð er skjólstæðingurinn að lesa það sem skrifað var, á það sem valið var sem samskiptaleið (Tússtafla, pappír, spjaldtölva eða eitthvað annað).

Ericsonian dáleiðsla

Í þessari aðferð notar dáleiðarinn óbeinar tillögur, myndlíkingar og segir sögur til að ná fram breyttri hegðun, frekar en að nota beina tillögum. Hér er sögur notaðar til að hjálpa skjólstæðingi að tengist því hvernig einhver annar breytti sinni hegðun. Með þvi að segja sögur, notar dáleiðarinn óbeinar tillögur og myndlíkingar til að hjálpa skjólstæðingi að breyta nálgun sinni að vandamálum eða hindrunum sem þeir standa frammi fyrir.

Progression

Það er þegar þú leiðir skjólstæðing þinn fram í tímann til að sjá hvernig hlutirnir eru eftir að hann hefur breytt einhverju í undirmeðvitundinni. Til dæmis, eftir að viðskiptavinur hefur hætt að reykja, fáum við skjólstæðing til að líta fram í tímann til að sjá hvort hann/hún sé enn reyklaus eftir 6 mánuði eða eitt ári. Þetta hjálpar líka skjólstæðingi þínum að sjá alla sigrana sem þeir hafa náð á leiðinni á þann stað sem þeir eru á í framtíðinni.

Spinning

Þessi aðferð er notuð fyrir tilfinningar sem þú vilt losna við, eins og kvíða, reiði, streitu, o.fl. Hér lokar þú augunum og notar ímyndunaraflið til að ímynda þér að ef þessi tilfinning sem er að trufla þig væri í föstu formi, hvernig myndi hún líta út? Ef hún hefði sinn eigin lit, hvaða lit myndi hún hafa? Og þú reynir að fá eins skýra mynd af því og hægt er og frá eins mörgum sjónarhornum og þú getur. Þegar þú getur séð tilfinningu þína í föstu formi, lögun hennar og lit, gætir þú reynt að færa hann til vinstri, og til hægri. Ef þú getur hreyft hana til, þá getur þú fundið að þú ert að stjórna henni. Núna, ímyndaðu þér að þú takir þessa tilfinningu og setjir hana á snúningshjól, snúðu henni hraðar og hraðar og skoðaðu hana. Skiptir hún um lit? Lögun? Form?

Venjulega tekur stuttan tíma að gera þetta og stærðin minnkar venjulega, liturinn verður bjartari, og það virðist verða minni hindrun. Í þessu tilfelli geturðu aftur notað ímyndunaraflið til að ímynda þér að þú takir höndina þína inn í undirmeðvitundina og kastir þessari tilfinningu burt út úr undirmeðvitundinni.

Dæmi til útskýringar:

Kona kom til mín vegna þess að hún var með kvíðaröskun og það var að trufla hennar daglega lífi. Ég kenndi henni spinning tæknina svo hún gæti notað hana eftir dáleiðslu tímann ef þessi tilfinningin færi að trufla hana aftur.

Skýring hennar á kvíðanum var sú að þetta væri eins og garn og það væru þræði út um allt. Ég spurði um litinn á þessu garni og hún svaraði að þetta væri einhver ljótur litur og hún gat ekki sagt mér nákvæmlega litinn.

Þá spurði ég hana hvort hún gæti tekið alla þræðina af þessu garni og búið til hnykil? Og já, hún gat gert það og ég spurði hvort liturinn væri alltaf sá sami á þessum hnykli? Hún sagði nei, og því stærri sem hnykillinn varð, því bjartari væri liturinn sem hún sá. Þá bað ég hana að láta mig vita þegar hún væri komin á endan á þessum hnykli.

Þegar hún sagði mér hvað hún fann við endann á þessum hnykli, spurði ég hana hvort þessi hnykill væri eitthvað sem hún vildi geyma eða henda (þú ættir alltaf að gefa viðskiptavinum þínum valkosti). Hún sagðist vilja hugsa málið. Ég bað hana að ímynda sér að höndin hennar gæti farðu inn í undirmeðvitundina hennar, og hún gæti gripið þennan hnykil og hent honum fyrir utan líkamann langt, langt í burtu ef hún vildi það.

Hún síðan ákvað að henda hnyklinum. Og eftir að hún henti honum, bað ég hana að draga djúpt inn andann og fylltu þetta svæði af friði og ró, og þegar hún væri tilbúin, gæti hún opnað augun.

10. Kafli

Handrit

Í þessum kafla komum við með upprunalegu handritin fyrir hinar ýmsu dáleiðsluaðferðir frá nokkrum af þeim frægu dáleiðurum sem við höfum talað um.

Elman's Rapid induction Hröð innleiðing

„Dragðu einfaldlega djúpt að þér andann og lokaðu augunum. Slakaðu á vöðvunum í kringum augun að þeim punkti þar sem þessir augnvöðvar eru komnir í algjöra slökun, og þegar þú ert viss um að þeir virki ekki, máttu prófa þá og vertu viss um að þeir virki ekki... [ef viðkomandi opnar augun þá segir þú:] Nei, nú ertu að athuga hvort þeir virki ekki örugglega. Slakaðu á vöðvunum að því marki sem þeir virka **ekki** og þegar þú ert viss um að vöðvarni í kringum augun virka **ekki**, skaltu prófa. Prófaðu að opna **ekki** augun. Fáðu algjöra slökun í vöðvana í kringum augun... [skjólstæðingurinn sýnir nú augnlokin alveg slök] Láttu þessa slökunartilfinningu fara alveg niður á tær ... Eftir smástund, ætlum við að gera þetta aftur, og þegar við gerum það í annað skiptið, þá getur þú slakað á tífalt meira en þú ert nú þegar komin í.

„Núna, opnaðu augun. Lokaðu augunum. Algjörlega afslappaður/ afslöppuð leyfðu þér að finna eins og þú sért umvafinn í slökunarteppi yfir þér. Núna, í þriðja skiptið sem við gerum þetta, muntu geta tvöfaldað slökunina sem þú ert í. Opnaðu augun, og slakaðu á. Ég ætla nú að lyfta hendinni þinni og sleppa henni, og ef þú hefur fylgt fyrirmælum mínum fram að þessum tímapunkti, þá er höndin þín slök eins og tuska og mun detta í kjöltuna þína. ...

Nei, leyfðu mér að lyfta henni, ekki þú lyfta henni. Leyfðu henni að vera þungri, mjög gott, en opnaðu og lokaðu augunum aftur, tvöfalda slökunina og sendu slökunina alveg niður á tær. Leyfðu höndinni verða alveg blýþungri ... Þú munt finna þetta þegar þú hefur náð raunverulegri slökun... Nú ertu búin að ná þessu. Þú gast fundið fyrir þessu, er það ekki? (Skjólstæðingur: Já.)"

Hann var líka með aðra innleiðingu sem er frábrugðin hrað-innleiðingu, og það er:

Byrjaðu bara á því að láta þér líða vel. Hvíldu iljarnar á gólfinu og hvíldu hendurnar í kjöltunni eða við hliðina á þér.

Láttu höfðið halla aðeins fram og rúllaðu augunum upp og aftur eins og þú værir að horfa í átt að punkti á enninu á þér. Þetta er smá álag en haltu því samt. Andaðu nú djúpt að þér, fylltu lungun af lofti eins mikið og þú getur um leið og þú heldur áfram að horfa upp og aftur. Hvíldu í nokkrar sekúndur. Haltu nú áfram að horfa upp og leyfðu augnlokunum þínum að verða þungum og nú lokar þú þeim .... um leið og þú andar hægt og rólega frá þér. Gott, sendu nú risastóra bylgju slökunar alveg frá toppi til táar. Leyfðu öllum vöðvunum að verða lausum og slökum og finndu þessa dásamlega afslöppun.... alveg eins og tuskudúkka .....

Nú skaltu hvíla athyglina þína á þessum augnlokum. Jafnvel þó að augnlokin séu lokuð þægilega nú þegar, ímyndaðu þér að þau séu að lokast aftur, jafnvel þyngri og þreyttari og latari en áður. Slakaðu nú á augnlokunum algerlega þannig að þér finnst eins og þau virki bara ekki lengur. Þegar þú veist að þú hefur gert það, prófaðu að opna þau og finndu að þú hefur náð árangri og augnlokunum líður eins og þau séu algerlega föst saman. Reyndu enn betur gegn þessari slökun og finndu því meir sem þú reynir að opna augun því meira löt og þreytt og afslöppuð verða þessi augnlok . Hættu nú að reyna, sendu bylgju af slökun alveg niður í þann hluta af þér sem var að reyna að opna augun. Augnlokin þín eru í raun ekki föst saman, það er bara eins og þau séu það. Það er gott merki um að þú sért í mjög djúpri slökun.

Roy Hunter Progressive Relaxation Induction

„Þegar þú ert tilbúinn til að byrja skaltu bara loka augunum og anda djúpt nokkrum sinnum og slakaðu á...

Leyfðu hugmyndafluginu að taka völdin og ímyndaðu þér, þig sjálfan / þig sjálfa á öruggum, fallegum, friðsælum stað ... Ímyndaðu þér það sem þú sérð, og heyrir og tilfinningarnar sem þú finnur, sem eru svo friðsælar, svo þægilegar og svo afslappandi, að það er auðveldara og auðveldara að slaka á með hverjum andardrætti sem þú tekur...

Taktu eftir því hvernig hugsanir þínar koma margfalt hraðar en hið talaða orð, svo það skiptir ekki máli hvort hinar meðvituðu hugsanir þínar eru að hlusta, eða hvort þær reika um í huganum, eða hvort tveggja, vegna þess að undirmeðvitund þín getur brugðist við hverju orði einfaldlega vegna þess að þú velur að leyfa það...

Þannig að þér er það frjálst að ímynda þér mjög skýrt þessa algjöru ró og það verður auðvelt fyrir þig að verða hluti af þessum friði og ró sem þú ímyndar þér...

Svo gerðu þetta raunverulegra núna með því að ímynda þér að slökunin færast inn í tærnar þinar og fæturnar. Og við hverja innöndun sem þú tekur þá verður þetta auðveldara og auðveldara að fara dýpra og dýpra og verða meira afslappaður....

Svo láttu þessa ímynduðu slökun verða raunverulegri og raunverulegri um leið og þú færir hana í gegn um öklana þina og inn í kálfana

..... hver einasta taug og hver einasti vöðvi bregst við löngun þinni til að slaka á ....

Slökunin flæðir einfaldlega í gegnum hnén þín og upp lærin og breiðist yfir mjaðmirnar og magann ... um mittið þitt ... dreifist upp í bakið... hreyfist aftur fyrir axlirnar þínar og ofan á axlirnar, alveg eins og það væru ljúfar hendur að gefa þér róandi nudd og þetta er bara svo afslappandi að það er auðveldara og auðveldara að fara dýpra og dýpra í slökunina .....

Leyfðu slökuninni færast upp eftir hálsinum og inn í hársvörðinn. Og því meira sem þú ímyndar þér þetta, því raunverulegra finnst þér þetta vera ....

Ennið og gagnaugun slaka á... Kinnar og kjálkavöðvar slaka á... Sérhver taug og vöðvar slaka alveg á... Og það er svo gott að slaka á að það verður auðveldara og auðveldara að fara dýpra og dýpra þegar ég tel frá tíu niður í einn.....

Byrjum á númeri 10. . . dýpra og dýpra... dýpra inn í ímyndunina, ímyndaðu þér skýrt friðsæla staðinn þinn...

Númer 9. . . dýpra og dýpra... ímyndunaraflið eru æfingabúðir hugans...þar sem þér er frjálst að ímynda þér algjöran frið...

Númer 8. . . dýpra og dýpra... slakar á líkamlega... dýpra með hverri tölu... og dýpra þegar þú heyrir röddina mína.

Númer 7. . . dýpra og dýpra... slakar á andlega... dýpra með hverri tölu...dýpra því þú velur það ....

Númer 6. . . dýpra og dýpra... slakar á tilfinningalega. Því dýpra sem þú ferð, því betur líður þér .....

Númer 5. . . dýpra og dýpra ... slakar á inn í dáleiðsluna ... því dýpra sem þú ferð, því dýpra vilt þú fara ... þangað til ég kalla þig til baka ......

Númer 4. . . dýpra og dýpra... slakar algerlega á ... því dýpra sem þú ferð, því auðveldara er að fara enn dýpra...

Númer 3. . . dýpra og dýpra... inn í æfingabúðir hugans... ímyndaðu þér þinn stað þar sem er algjör friður.....

Númer 2. . . tvöfalda slökunina... ímynda þér hvað þú sérð, hvað þú heyrir og hvaða tilfinningar þú berð sem eru svo aflsappandi að það er auðveldara og auðveldara að fara dýpra og dýpra og dýpra...

Númer 1, Mjöööööög djúpt. . . inn í mjög djúpan, dáleiðandi frið. . . mjög djúpan dáleiðslu frið....."

MIKILVÆGT! Ef þú ætlar að nota myndmál (Guided Imagery), er skynsamlegt að ákveða fyrst hvort þínn skjólstæðingur er Visual (sér í mydnum), Auditory (skynjar með heyrn) eða Kinesthetic (skynjar með hreyfingu), þannig að þú getir skipulagt þitt myndmál og leiðsögn í samræmi við það. Einnig, ef þú notar vatn, skóg eða lyftur, ganga úr skugga um að þínir skjólstæðingar séu ekki með neina fælni fyrir fyrirhuguðu myndefni o.s.frv.

Athugaðu að það sem einum finnst notalegt getur valdið hræðslu hjá öðrum.

Roy Hunter's Mental Confusion Induction with Eye Closure

(Þetta er ein af uppáhalds aðferðunum hans Roy Hunters)

Biðja skjólstæðing þinn að stara á ákveðin punkt, og lokaðu augunum á sléttum tölum meðan þú opnar þau á oddatölum, að reyna að stara á sama stað í hvert sinn sem augun eru opin...

„100, einfaldlega lokaðu augunum, dragðu djúpt andann að þér og slakaðu á...

99, opna augun, draga aftur djúpt inn andann og 98 - lokaðu augunum. Mjög gott. Ímyndaðu þér bara þú sleppir öllum áhyggjum dagsins eins auðveldlega og þú andar frá þér ....97, þú finnur að það er að verða erfiðara, að einfaldlega reyna að opna augun. 96, augun lokuð . Gott. Finndu að þig langar að fara dýpra og dýpra um leið og þú gleymir hvort augun þín ættu að vera opið eða lokað. . . eða lokuð eða opin 95, auðvelt að gleyma. 94, erfitt að muna, hvort þau eiga að vera opnin eða lokuð .... og um leið og þú gleymir þá eru þau lokuð og þú bara slakar á enn dýpra. 93, gott, 92. . . dýpra og dýpra í slökunina . . . Það er svo auðvelt að bregðast við röddinni minni um leið og ég segi 91, ... 90. . . og augun þín vilja bara vera lokuð núna. Að gleyma að muna, eða muna að gleyma...opnin eða lokuð, eða lokuð eða opin... og þú tekur eftir því að hugurinn getur hugsaðu margfalt hraðar en hið talaða orð, svo meðvitaður hugur þinn er frjáls til að hlusta, eða reika, eða gera bæði... á meðan undirmeðvitund þín er frjáls til að heyra og bregðast við röddinni minni.

(Byrjaðu að tala aðeins hraðar og með meiri krafti í röddinni.)

88, 86. Dýpra og dýpra. Auðvelt að gleyma, erfitt að muna, 84 - 82, hvort sem þau ættu að vera opin eða lokuð. 79, 75, 74. Tölurnar fara svo fljótt í burtu núna að þú finnur að þú vilt bara fara dýpra og augun þín vilja bara vera lokuð. Og í hvert skipti sem þú gleymir að muna, eða manst eftir að gleyma, opin eða lokuð, oddatala eða jöfn tala, þá ferð þú bara dýpra og dýpra, eða dýpra og dýpra. 60, 50. Augun lokuð og þú ferð dýpra. Gleymir að muna. Manst að gleyma. 40, 30. Líður vel.

Þú ert að bregðast við röddinni minni. Ert í mjög afslappandi dáleiðslu. Ferð dýpra og dýpra.

Þegar skjólstæðingur þinn er með augun algerlega lokuð á oddatölu, þá er dáleiðsluástandi náð. Þá getur þú hætt að telja ef þú vilt, og farið strax yfir í dýpkunar tillögur eða bara talið niður eins og í hefðbundinni dýpkun.

Safe Place - Art Garden - Energy Place (Griðastaður)

Ímyndaðu þér í huganum einhvern stað sem þú getur farið á, þegar þú vilt vera í friði og ná þér í ró. Rólegur staður þar sem þér líður alltaf mjög vel. Þessi staður getur verið staður sem þú þekkir - eða staður sem þú býrð til í huganum eða staður sem þú vilt komda á og getur ímyndaðu þér að þú sért í heimsækja.

Þú ræður hvar þessi staður er. Þú ræður hvernig veðrið er, hvernig hitastigið er úti, hvað klukkan er. Þetta er allt í þínum huga og þú stjórnar hvar þinn griðastaður er og hvernig hann lítur út. Það er alltaf friður og ró á þínum griðastað og þú ert einn/ein þar og ert að njóta dagsins.

Kannski er þetta fallegur garður - eða staður uppi á fjöllum - eða staður niður við strönd. Ímyndaðu þér stað sem er rólegur, öruggur og notalegur að vera á. Horfðu í kringum þig og sjáðu umhverfið. Þarna er allt sem þér finnst fallegt í náttúrunni og höfðar til þín. Taktu eftir lyktinni þarna og hljóðunum. Eru einhverjir fuglar? Eru vötn eða lækir? Er logn eða vindur? Upplifðu fallega andrúmsloftið í kringum þig.

Finndu stað til að setjast á eða til að liggjast niður og njóta kyrrðarinnar.

Andaðu að þér öryggi og vellíðan og andaðu frá þér vanlíðan og ótta.
Hér getur þú farið í meðferð eða tillögur, en ef þú ert í dáleiðslu bara til að finna ró, þá geturðu kallað til baka hér úr dáleiðslunni.
Eftir að hafa skoðað griðastaðinn þinn vel og þegar þú ert tilbúinn að fara, þá veistu að þú getur komið hingað til baka hvenær sem þú vilt.
1 – 2 – 3- 4 - 5 (koma til baka úr dáleiðslu)
Opnaðu augun þegar þú ert tilbúinn, en þú getur verið í slökuninni á meðan þú ert að koma aftur út úr þessari dásamlegu slökun sem dáleiðslan er. Þú veist að griðastaðurinn er alltaf í þínum huga og þú getur farið þangað hvenær sem er þú vilt.

11. Kafli

Samantekt og loforð

Þessi bók er skrifuð til að kynna fyrir þér hvað dáleiðslu er og einnig til að kynna fyrir þér bestu aðferðirnar sem hægt er að nota við dáleiðslu.

Þú getur notað þessar aðferðir þegar þú ert að æfa þig í að taka aðra í dáleiðslu eða

þegar þú ert að vinna með sjálfan þig í sjálfs-dáleiðslu.

Bókin er ætluð þeim sem eru að stíga sín fyrstu skref í dáleiðslu og einnig fyrir

þá sem eru lengra komnir og eru að kanna nýjar leiðir sem hægt er að nota í dáleiðslu.

Farið er yfir forviðtalið sem er mjög mikilvægt þar sem allt sem á eftir kemur í dáleiðslunni er byggður á því. Svo er það innleiðing og dýpkun. Við setjum upp Ideomotor responce - fingurmerki - og biðjum undirmeðvitundina að fjarlægja umhverfishljóðin svo þau trufli ekki í dáleiðslunni. Næst finnum við griðastaðinn, og þá getum þú byrjað að vinna með hugann til að breyta því sem þig langar að breyta í þínum huga eða hegðun sem þú vilt breyta.

Hugurinn er svo kraftmikill og hann vill alltaf allt það besta fyrir þig. Hann vill að þér líði vel og að þú hafir stjórn á tilfinningum þínum og gjörðum. Með dáleiðslu geturðu náð þessari góðu tilfinningu og ró.

Síðan er farið í að kalla til baka úr dáleiðslunni og komið með tillögur, þannig að jákvæðni, vellíðan og ró sé það sem þú kemur með út úr þessum dáleiðslu tíma.

Ef þú, kæri lesandi, lest bókina og notar þær aðferðir sem við höfum bent á, þá munt þú geta tekið fyrstu skrefin til að hjálpa öðrum í gegnum dáleiðslu og hjálpa sjálfum þér með sjálfsdáleiðslu til að viðhalda góðri líðan eða breyta eða bæta þá líðan sem þú vilt.

Eftir að hafa lesið þessa bók ættir þú að geta framkvæmt einfalda dáleiðslu til að stuðla að bættri vellíðan og hamingju.

Taktu þér tíma til að æfa þig til að öðlast hæfni til að geta tekist á við flóknari hluti í dáleiðslunni. En allir verða að byrja einhvers staðar.

Gangi þér sem allra best við þín fystu skref inn í dáleiðsluheiminn.

12. kafli

Hvatning

Þessi bók er skrifuð til að útskýra hvað dáleiðsla er og hvað hún getur gert fyrir þig í þínu daglega lífi. Hugur okkar er svo kraftmikill að við gerum okkur ekki fyllilega grein fyrir því hversu mikil áhrif hann hefur á okkar daglega líf. Við stjórnum því hvernig við hugsum og það er gott að vera meðvitaður um hversu mikilvægar hugsanir okkar eru. Ég (móðirin) hef unnið við dáleiðslu síðan 2011 og ég hef séð svo marga dásamlega hluti gerast fyrir þá sem hafa ákveðið að kanna kraft dáleiðslunnar.

Eins og þú sérð í þessari bók, þá er dáleiðslan frábær viðbót við hinar fjölbreyttu leiðir til að bæta andlegu og líkamlega heilsu þína. Við þurfum að finna þennan innri frið og þessa kyrrð í huganum, en dáleiðsla skapar þetta hugarástand.

Hugurinn vill alltaf að þér líði vel. Hugurinn þinn, undirmeðvitundin, vill að þér líði vel og þú getir leyst öll vandamálin þín. En ef þú hlustar ekki á hvað þessi innri rödd

er að segja þér, þá mun þessi innri rödd líða hjá, og þú munt ekki fá það besta út úr

hverri áskorun sem þú stendur frammi fyrir.

Það eru svo margar leiðir til að bæta vellíðan þína og getuna til að gera það sem þig langar að gera og þekkja mögulegar leiðir. Dáleiðsla er vissulega ein af þessum leiðum til að bæta heilsuna þína og að líða vel andlega. Öll dáleiðslu er sjálfs-dáleiðsla og þú ert sá/sú sem stjórnar hugsunum þínum. Leyfðu huganum þínum að vinna með þér. Leyfðu ímyndunaraflinu að búa til myndir í huganum þínum yfir það sem þig langar að gera eða öðlast í lífinu.

Þú getur gert svo mikið með því að leyfa draumum þínum að takast á loft og fljúga og ímynda þér drauma þína verða að veruleika.

Allt sem þú gerir byrjar sem lítil hugmynd sem nærist af hugsunum þínum, vangaveltum, væntingum og löngunum. Hugmyndin stækkar og vex þar til hún verður að veruleika. Allt sem þú veitir athygli blómstrar og dafnar, svo vinsamlegast / í guðs bænum farðu varlega hvað þú velur sem aðal umhugsunarefni þitt í lífinu. Þetta er leiðin þar sem nýjar hugmyndir verða til og komast upp á yfirborðið. Við getum haft áhrif á heilsu okkar með því að róa hugann og finna frið innra með okkur. Dáleiðsla hjálpar þér að ná þessari ró. Þú getur annað hvort notað sjálfs-dáleiðslu eða fengið tíma hjá dáleiðara sem getur leitt þig inn í dáleiðslu til að finna þessa vellíðan sem þú getur svo í framhaldinu sjálf(ur) komið þér. Dáleiðsla getur verið hluti af núvitund eða hugleiðslu. Þú getur breytt svo mörgu með því að losa þig við streituna. Svefninn mun batna, og þú munt geta gert hluti sem þig langar til að gera. Þú finnur fyrir meiri orku til að framkvæma og koma hlutunum af stað og finna að þessi ró í huganum hefur góð áhrif á vellíðan þína og á kraft þinn og löngun til að gera eitthvað. Þú ert miklu bjartsýnni á allt sem er að gerast í kringum þig og það sem þú ert að gera og framkvæma. Það er svo mikilvægt að leyfða sér þessa hugarró í stað streitu sem er eyðleggjandi á svo mörgum sviðum.

Þetta er allt byggt á þeirri staðreynd að við náum jafnvægi í huganum, og að við látum ekki hluti sem við getum ekki breytt skemma okkar innri fríð.

Að lifa í núinu er mjög mikilvægt. Við höfum hugsanir okkar hér og nú og við njótum þess sem við erum að gera. Við hugsum aðeins eina hugsun í einu, og til að njóta stundarinnar þá er mikilvægt að hafa ekki áhyggjur yfir því sem ekki hefur gerst. Samt sem áður getum við skipulagt fram í tímann en samt haft hugarró gagnvart þvi sem ekki hefur enn gerst.

Dagurinn í gær er liðinn, morgundagurinn er ekki kominn, og dagurinn í dag er gjöf sem við skulum njóta hans. (Bill Keane)

„ Hugur þinn er eins og vatn, kæri vinur. Þegar það er öldugangur og á hreyfingu er erfitt að sjá í gegn um það. En ef þú leyfir því að kyrrast og verða alveg stillt þá verður það kristaltært. „ (Bill Keane)

Dáleiðsla hefur hjálpað mörgum að leysa vandamál og hræðslu fyrir ýmsum hlutum. Þegar þú hefur upplifað þessa kyrrð og þennan frið innra með þér sem dáleiðslan veitir, þá er svo margt annað sem er hægt að leysa á sama tíma.

Að losna við streitu og finna frið og ró er mögnuð tilfinning og frábær reynsla sem dáleiðsla færir okkur.

Fólk gleymir aldrei hvernig þú lætur þeim líða og dáleiðsla veitir mikinn frið og vellíðan.

Dáleiðsla getur hjálpað til við að losna við kvíða og fælnir og getur líka hjálpað við að breyta venjum og siðum sem þú vilt breyta.

Notaðu dáleiðslu á áhrifaríkan hátt til að takast á við streitu og kvíða. Notaðu dáleiðslu til að lágmarka kvíða fyrir ýmsar læknisaðgerðir, rannsóknir og á öðrum sviðum. Notaðu sjálfsdáleiðslu til að næra hugann þinn og finna fyrir kyrrðinni innra með þér. Hafðu gaman af því að losa um þinn innri kraft. Leyfðu þér að verða sterkari og öflugri en nokkru sinni fyrr.

Heimildaskrá

Elman, D. (1984). *Hypnotherapy.* London, UK: Westwood publishing co.

Emmerson, G. (2007). Ego State Therapy. Wales, UK: Crownhouse publishing Ltd.

Hunter, C. R. (2000). *The Art of Hypnosis, Mastering basic techniques* (3 ed.). Wales, UK: Crownhouse publishing Ltd.

Hunter, C. R. (2005). Hypnosis for Inner Conflict Resolution: Introducing Parts Therapy. Wales, UK: Crownhouse publishing Ltd.

Hunter, C. R. (2010). *The Art of Hypnotherapy* (4 ed.). Wales, UK: Crownhouse publishing Ltd.

Hunter, C. R., & Eimer, B. (2010). *The art of hypnotic Regression therapy: A clinical Guide.* Wales, UK: Crownhouse publishing.

Nongard, Dr. R. (2011). Magic Words in Hypnosis: The Sourcebook of Hypnosis Patter and Scripts and How to Overcome Hypnotic Difficulties. Tulsa, Oklahoma, USA.

Nongard, Dr. R. (2018). Big book of hypnosis scripts: How to create lasting change Using Contextual hypnotherapy Mindfulness Meditation and hypnotic phenomena. Tulsa , Oklahoma, USA.

Nongard, Dr. R. (2019). The Seven Most Effective Methods of Self- hypnosis: How to Create Rapid Change in your Health, Wealth and Habits. Tulsa, Oklahoma, USA.

The UK College of hypnosis and hypnotherapy. (2021, august 16). Retrieved from www.ukhypnosis.com/dave-elman-hypnotic-inductionscript.

Weiss, Dr. B. (1988). Many Lives, Many Masters: The true story of a prominent psychiatrist, his young patient and the past-life therapy that changed both their lives. London: Piatkus.

Yager, Dr. E. (2011). *Subliminal Therapy.* Wales, UK: Crownhouse publishing Ltd.

www.ingramcontent.com/pod-product-compliance
Lightning Source LLC
LaVergne TN
LVHW041213150826
845673LV00001B/383

* 9 7 8 9 9 3 5 9 0 8 7 4 2 *